കർണ്ണചരിതം

karnacharitham

•

c o kochuthresya

•

first edition
january 2018

•

published
chintha publishers, thiruvananthapuram

•

typesetting
star communications, thiruvananthapuram

•

printed
repro india ltd, mumbai

•

cover
vinod

•

വിതരണം

ദേശാഭിമാനി ബുക്ക് ഹൗസ്

H O തിരുവനന്തപുരം-695 035
Ph: 0471-2303026, 6063020
www.chinthapublishers.com
chinthapublishers@gmail.com

ബ്രാഞ്ചുകൾ

ഹെഡ്ഡാഫീസ് ബ്രാഞ്ച് കുന്നുകുഴി • സ്റ്റാച്യു തിരുവനന്തപുരം • കെ എസ് ആർ ടി സി ബസ് സ്റ്റേഷൻ ആലപ്പുഴ • കെ എസ് ആർ ടി സി ബസ് സ്റ്റേഷൻ എറണാകുളം • മച്ചിങ്ങൽ ലെയ്ൻ തൃശൂർ • ഐ ജി റോഡ് കോഴിക്കോട് • മാവൂർ റോഡ് കോഴിക്കോട് • എൻ ജി ഒ യൂണിയൻ ബിൽഡിങ് കണ്ണൂർ • സെൻട്രൽ ബസ് ടെർമിനൽ കോംപ്ലക്സ് താവക്കര കണ്ണൂർ

CO - 2797 / 4511
ISBN - 978-93-86637-67-3

കർണ്ണചരിതം

(കവിത)

സി ഒ കൊച്ചുത്രേസ്യ

ചിന്ത പബ്ലിഷേഴ്സ്
തിരുവനന്തപുരം-695 035
വില : ₹ 65

സി ഒ കൊച്ചുത്രേസ്യ

1947 ഏപ്രിൽ 15 ന് തൃശൂർ ജില്ലയിൽ കൈപ്പമംഗലം ദേശത്ത് ചാലിശ്ശേരി ഔസേപ്പിന്റെയും മറിയത്തിന്റെയും മകളായി ജനിച്ചു.

ഒറ്റപ്പാലം എൽ എസ് എൻ കോൺവെന്റ് എച്ച് എസിൽ നിന്ന് എസ് എസ് എൽ സി, റ്റി റ്റി സി പാസായി.

1967 ൽ കൈപ്പമംഗലം ആർ സി യു പി സ്കൂളിൽ ടീച്ചറായി 35 കൊല്ലത്തെ സേവനത്തിനുശേഷം 2002 ൽ റിട്ടയർ ചെയ്തു.

സർഗ്ഗസ്വരം ബുക്സ്, തൃശൂരിന്റെ *ശലഭങ്ങൾക്കൊരു പൂമരം* എന്ന പേരിൽ പ്രസിദ്ധീകരിച്ച പുസ്തകത്തിൽ 3 കവിതകൾ പ്രസിദ്ധീകരിച്ചിട്ടുണ്ട്.

ഭർത്താവ് : കെ ഐ ജോസഫ് (മതിലകം എച്ച് എസിൽനിന്ന് ടീച്ചറായി റിട്ടയർ ചെയ്തു).

മക്കൾ : റവ. ഫാ. ജോയ്, കെ ജെ ജോബി

വിലാസം : സി ഒ കൊച്ചുത്രേസ്യ
കൈതാരത്ത് വീട്
കൈപ്പമംഗലം പി ഒ
തൃശൂർ 630 681

ഉള്ളടക്കം

പ്രസാധകക്കുറിപ്പ്

മഹാഭാരതം കഥയെ അടിസ്ഥാനമാക്കി കർണ്ണന്റെ ജീവിതാരംഭം മുതൽ അവസാനം വരെയുള്ള ജീവിതാനുഭവങ്ങളെ കവിതയായി അവതരിപ്പിക്കുകയാണ് ശ്രീമതി കൊച്ചുത്രേസ്യ *കർണ്ണചരിതം* എന്ന ഈ പുസ്തകത്തിൽ.

തെളിവാർന്ന ഭാഷയിൽ താളാത്മകമായി രചിക്കപ്പെട്ട ഈ കാവ്യം മലയാള കാവ്യശാഖയ്ക്ക് ഒരു മുതൽക്കൂട്ടായിരിക്കും. തികച്ചും പുതുമയുള്ള ഈ കാവ്യം വായനക്കാർക്കു സമർപ്പിക്കുന്നു. സ്വീകരിച്ചാലും.

ചിന്ത പബ്ലിഷേഴ്സ്

1

രാധേയൻ

ആദിത്യ സൂനുവെ അതീവ വികാരവായ്പാൽ
മുത്തം കൊടുത്തു കരരാജികളാലെ താതൻ
പാരിന്റെ നാഥനതിശോഭ കലർന്നു നില്ക്കേ,
താതൻ, മനോവ്യഥയമർത്തി ചിരിച്ചു നിന്നു
    കർണ്ണപ്പിറപ്പിനു വളർത്തു പിതൃത്വമേറ്റാൻ
    സൂര്യസ്തുതിക്കവനണഞ്ഞു നദിക്കരയ്ക്കൽ
    തേരാളിയാകുമവനാ കുരുവംശ രാജ്യേ,
    ആ, അന്ധനാമരചദേഹിയുടെയടുത്തും
മാർത്തട്ടിലൂടൊഴുകി വന്നൊരു കൃഷ്ണദീപ്തി
കണ്ടൂ ഒഴുക്കിലിടറാതെ വരുന്നതായി
അത്യാശയോടെയവനാമരപേടകത്തെ
എത്തിപ്പിടിച്ചു വിറയാർന്ന കരത്തിനാലേ
    കണ്ണഞ്ചി, നേത്രമറിയാതെയടഞ്ഞു പോയീ
    പെട്ടിക്കകത്തെ അവിചാരിത മായുകാണേ
    കൺചിമ്മി മെല്ലെ, വളരെപ്പതിയെത്തുറന്നു
    കൺകോണിലൂടെയതിനുള്ളിലെ വസ്തുകണ്ടൂ
മേല്പോട്ടയച്ച മിഴിയാലെയവന്റെയുള്ളം
ദർശിച്ചു മറ്റൊരു ദിവാകര രൂപമൊന്നിൽ
"പോറ്റാൻ തരുന്നു" അറിയിപ്പു തരുന്നതാണോ?
നിൻ രശ്മിയെന്നിലെ പിതൃത്വമുണർത്തിയപ്പോൾ
    കാല്യത്തിലേ നിറയുമാ പ്രഭതൂകി നിന്നു

ചുണ്ടിൽ നിറഞ്ഞ പരിഹാസ ചിരിക്കുമൊപ്പം
കാണായി, കുണ്ഡലമണിഞ്ഞ വിചിത്ര കാതും
മാർച്ചട്ടയെന്ന കവചത്തിലൊളിച്ച വീറും
താതന്റെ പൂർണ്ണദയയാൽ; ജനിയാൽ ശരീര-
ഭാഗങ്ങളാം കവചകുണ്ഡല ശക്തിയാലേ
ശക്തിപ്പെടുത്തി, ഒരു പോരിനുറച്ചപോലെ
പൈതൽ സ്വയം കരണപേശിയുറച്ചതാക്കി
താരാട്ടുപാട്ടിനുടെ താളവു, മംബതൻമാ-
റിൻ ചൂടുമൊട്ടുമറിയാതെയുറക്കമാർന്നോൻ
ഈ ലോക വാർത്തസ്യതി നീളെ മറഞ്ഞിരിക്കു-
മന്യന്റെ ചിന്തയിലെ, കയ്പുമനസ്സിലോർത്തോ?
പെട്ടെന്നു, പേടയൊരു കുഡ്മളമെന്നപോലെ
കൈക്കുള്ളിലാക്കി ഉപജാപക ഭാവമോടെ
വെട്ടിത്തിരിച്ചു നയനം, പരത്തുന്നപോലെ
ആരാനുമുണ്ടവിടെ, സാക്ഷികളായി നില്ക്കാൻ
ചുറ്റും നിവേശിനി നിശാന്തമിയന്നു പൂർണ്ണം
നിശ്ചേഷ്ടമാരുതനു, മൊത്തൊരു ജീവജാലം
സാക്ഷിക്കുവേണ്ടി, ഭുവനത്തിലെ കർമ്മസാക്ഷി—
യെക്കൂട്ടി ദേവതനയന്റെ പിതൃത്വമേറ്റി
പെറ്റിട്ട കുഞ്ഞിനൊരു പെട്ടികൊടുത്തുകൊണ്ട്
ബന്ധം മുറിക്കുമവരും ഒരു തായതന്നെ
പോറ്റാൻ കൊടുത്തവനെ കൃഷ്ണമണിക്കു തുല്യം
പോറ്റുന്ന നാരിയെ വിളിക്കുക ധാത്രിയെന്നും!
മെല്ലെച്ചുമന്നു, സുതലബ്ധിയായിരം മ-
ന്ത്രോച്ചാരണങ്ങളോടെ, നീട്ടിവിളിച്ചു രാധേ...
"രാധേ...! വരൂ, ദിനമണിത്തനയന്റെ ദർശ-
നത്തിന്നു, കണ്ണുകളടച്ചു, മനം തുറക്കൂ.."
കാലങ്ങളായ് സുതസുഖം അറിയാത്ത രാധ
ക്കുണ്ടോ? പ്രിയന്റെ കളിവാണീ രസിച്ചിടുന്നൂ
എന്നാലുമോടിയവളൊട്ടു തിടുക്കമോടെ,
സ്ഫാരത്തിലാശയോടെ ഭർത്തൃ സമക്ഷമെത്തി
കൺചിമ്മി പയ്യെ; നിറയുന്ന സുവർണ്ണ ദീപ്തി-
യാലേ കണ്ണഞ്ചി, മിഴിയിൽ പടരുന്നു മങ്ങൽ!
കേട്ടു ഉറക്കെ, പതിതൻ അമിതാശയോടൊ-
ത്തുള്ളൊരു ഭാരതി "ഇതാ വിരിയുന്ന പുഷ്പം!"

കാര്യങ്ങളേതുമറിയാതെ, നിറഞ്ഞ മാറി-
ലേക്കങ്ങമർത്തിയവളാ വസുപുത്ര പുഷ്പം
സ്തന്യം നുരഞ്ഞു പതയുന്ന നിറഞ്ഞ മാറാൽ
ഊട്ടീട്ടു, പേശലമുഖം തടവീ പ്രകാമം
അത്യന്തമത്ഭുതമവൾക്ക്, മനം തുടിച്ചു
'ഏവം ലഭിച്ചു പുതുജീവിതമാറ്റമെന്നിൽ?'
ആശ്ചര്യമെന്തിതു? വിചാരനിമഗ്നയാകേ
ചെന്തൊണ്ടി വായ്മലരകത്തി ചിരിച്ചു പൈതൽ
കണ്ണൊന്നടച്ചു, പലവട്ടമപേക്ഷ പോലെ
കാര്യം തിരക്കരുതിനി ച്ചികയേണ്ട സത്യം!
മിണ്ടീല്ല പിന്നെയവളാ വികൃതിക്കു ശേഷം
കാട്ടീല്ല മറ്റൊരു മുഖം, കളിയായി പോലും
രാധേയനെന്നു വിളിചൊല്ലിയവൾക്കു വേണ്ടി
മറ്റൊന്നു കിട്ടി 'വസുഷേണ' വിചിത്ര ജന്മാൽ
കാലം നടന്നു, പതിനാറു തികഞ്ഞ നാളിൽ
തേരൊപ്പ, മശ്വവുമവന്റെ കരത്തിലായി!

അസ്വസ്ഥനായവനുടെ, പ്രിയനാദമല്ല,
ചാട്ടച്ചുഴറ്റലിനിടർച്ച, മറിച്ചൊരു ഞാൺ മുഴക്കം!
സ്വപ്നത്തിലെന്നുമൊരു ധീരയുവത്വമല്ലോ
അസ്ത്രപ്രയോഗകലയിൽ മുടിചൂടുമാഢ്യൻ
'സൂതന്റെ പുത്രനൊരു വില്ലുകുലച്ചിടുന്നോ?'
എന്തുണ്ട് കാര്യമിതിലെന്ന് തിരക്കിയന്ന്
ചോദ്യോത്തരത്തിനൊരു പൂർണ്ണതയായ ദിഷ്ടം
ആയെന്ന് തോന്നി, ഉപമാത തളർന്നു പോയ-
ബാധം പുണർന്നു തനയന്റെ ശരീര, മോർത്താൾ
'കൈവന്ന മൂല്യനിധി കൈവെടിയേണ്ടി വന്നോ?
അംഗാര ചേലയിലൊരിക്കലമർന്ന മേനി
ഇന്നീ പ്രപഞ്ചമഖിലം നിറയുന്നുവെന്നോ?'
അക്ലാന്തയായ്, അചപലസ്വനമാർന്നു ചൊന്നാൾ:
"നീ കണ്ടിരുന്ന കനവെന്തു തരത്തിലാണോ?"
ഒട്ടൊന്നു ഞെട്ടി, പതിയേ മറുവാക്കുരച്ചു
ആഴിച്ചുഴിക്കിടയിലെച്ചെറുമീൻ കണക്കെ
ചെമ്പട്ടിനാലൊരു മുഖാവരണം അണിഞ്ഞ,
ആപാദചൂഡമൊരു സുന്ദരിയായ കന്യ

ശീർഷം കുനിച്ചരുമയാൽ മമ വക്ത്രമെന്നും
ചുംബിക്കുവാനൊരു വൃഥാശ്രമമുള്ള പോലെ
ചോദിച്ചു ഞാൻ "എവിടെനിന്നു വരുന്നുവെന്നും
ആരെന്ന്; ലക്ഷ്യമറിയാൻ അതിവാഞ്ഛയെന്നും"
മിണ്ടാതെ പോകുമവരെന്നു മിതേതരത്തിൽ
വയ്യാ, എനിക്കിതു പരീക്ഷണ വസ്തുവാകാൻ
    പൊള്ളിക്കുമെൻ മുഖ, മുരുക്കിയ ഈയമായി
    ഇറ്റിറ്റു വീഴുമൊരു നീർക്കണമെന്നുമെന്നും!
    ലാവണ്യനഷ്ടമറിയാത്തൊരു നാരിയുണ്ടോ?
    പുത്രന്റെ ദുഃഖമറിയുന്നു; വിലാപഹൃത്തും!"
തീർത്തും പ്രസന്നവതിയായ്, സ്പൃഹയോടെ ചൊല്ലി
'കാതോർത്തിരുന്നു, മമചിന്തയിലെന്നുമീനാൾ
പോകേണ്ട സംഗതദിനങ്ങളടുത്തുവല്ലോ
രാധേയപുത്രനിനി ലോകമറിഞ്ഞ വീരൻ
    പോകാം, തവപ്രണിതമാതൃ സമക്ഷമെത്തൂ
    പോകൂ, ഇരുട്ടുനിറയുന്ന മനം തെളിക്കൂ
    ഘോഷിച്ചിടട്ടെ മനുജർ തവ ദാനശീലം
    ഓർമ്മിച്ചിടട്ടെ തവ ജന്മ രഹസ്യമെന്നും
അന്യായമല്ലത്; ഇരയ്ക്കുകൊടുത്ത അക്ഷ-
ന്തവ്യപ്രവൃത്തിയുടെ ബാക്കി ഫലം കുടിപ്പോൾ
ഭൂമിക്കു ഭാര, മപമാനവുമായിടാതേ
കൂരമ്പിനാൽ സ്വയമൊടുങ്ങുകയാണു നല്ലൂ!
    സൂര്യന്റെ സൂനുവെ എടുത്തു പുണർന്ന ഞാനോ,
    ഭാഗ്യം നിറഞ്ഞൊരു കുലാംഗനയായി വാഴും
    ജീവിച്ചിടും കറകളഞ്ഞു മരിക്കുവോളം
    ഓർമ്മച്ചുരുൾ പരതി, ചീന്തിയെടുക്കുമെന്നും"
തിങ്ങുന്നഹൃത്തു, മിടറുന്ന വചസ്സുമായി
ചൊന്നാൻ, അനാഥശിശുവിൻ മുഖഭാവമോടെ
'രാധേയ'നെന്ന അഭിധാനമെനിക്കു ചേരും
ആജീവനാന്തമിനി കുലനാമമാകും
    പെറ്റമ്മയെന്നെ നടതള്ളിയ നാൾമുതല്ക്ക്
    പോറ്റമ്മയായി അളവറ്റ സുഖം പകർന്നു
    എന്നും എനിക്കിതു ലഭിക്കണമെന്ന തോന്നൽ
    ഉള്ളത്തിലുണ്ട്, മടിയാതെ തരില്ലേ നീയും?

ആലിംഗനത്തിലമരേ, മിഴിനീരിനൊപ്പം
കൂടിക്കലർന്നു പിതൃഹസ്തമുതിർത്ത ചൂടും
സാക്ഷാൽ പിതാവു ദയയോടെയയച്ച പട്ടാൽ
സമ്പൂർണ്ണവാക്കി ഒരുബന്ധമിരുന്നു ലോകേ!

2

ഗുരുബാന്ധവശാപം

വിദ്യക്കു തുല്യമതുമാത്രമിരിക്കുമെന്നും
ജ്ഞാനത്തിനാലെ ബഹുമാന്യത കിട്ടുമെന്നും
പേരിന്നുകിട്ടിയ കളങ്കമകറ്റുമെന്നും
ചിന്തിച്ചു സൂതതനയൻ മനതാരിലെന്നും
    മോഹത്തൊടന്നവനണഞ്ഞു വിനീതനായി
    ദ്രോണന്റെ മുന്നിലൊരു സൂതകുലപ്പിറപ്പായ്
    താഴ്ന്നുള്ള ജാതിയെ, കുലീനതയില്ലയെന്ന
    ദുഷ്ചിന്തയാലെയൊഴിവാക്കി പരസ്യമായി!
നൈരാശ്യമോടെ, മിഴിനീരിലലിഞ്ഞ മണ്ണിൽ
വൈരാഗ്യമോടെ നടകൊണ്ടു ഉദാരശീലൻ
പ്രത്യാശയോടെ, അതിരൗദ്രതയാർന്ന ഭാർഗ്ഗ-
വാചാര്യ ശിഷ്യ പദവിക്കു വിധേയനായി
    ജന്മത്തിനാലെ തലയിൽ അറിയാതെ വീണ
    ദുഷ്പേരു ഹൃത്തിനടിയിൽ കനലാലെ മൂടി
    സൂതന്റെ സൂനുവിനൊരന്തണഭാഷ്യമേകി-
    പ്പാരിൽ നിറഞ്ഞ, ഗുരുവിന്റെ മനം കവർന്നു
തീക്ഷ്ണം മഹാന്റെ നയനം, ജടകെട്ടിയുള്ള
കോടീരധാരി, യൊരജയ്യ മഹാപ്രവീരൻ
ആപാദചൂഢമൊരു വീരയുഗപ്രഭാവൻ
സന്തോഷമോടവനെ ശിഷ്യഗണത്തിലാക്കി
    കൂട്ടക്കൊലയ്ക്കു പരിഹാര നടപ്പിനായി
    ബ്രാഹ്മണ്യപൂജ തുടരുന്ന മഹാനുഭാവൻ

ബ്രാഹ്മാസ്ത്രമുൾപ്പെടെ ധനുർവിധികൾ പകർന്നു
നീണ്ടുള്ള അദ്ധ്യയനകാല സമാപ്തിയായി
ഞെട്ടിത്തരിച്ചു ഗുരുവാണി മുഴങ്ങിയപ്പോൾ
"നീ ഇന്നു ലോകമറിയുന്നൊരു സത്യസന്ധൻ
വേണം, ഇതത്രയുമിഹത്തിലെ ധർമ്മചിന്ത-
ക്കദ്യാപി, നീതി നിറവേറ്റലിലാണു കാര്യം"
ആചാര്യശീർഷമൊരു പൂവുടലെന്ന പോലെ
ഉത്സംഗമേറ്റി, ശയനം പരിപൂർണ്ണമാക്കാൻ
യത്നിച്ചീടേ മനസ്സിലോടി ഗുരോക്തി വീണ്ടും
'നീ ഇന്നു ലോകമറിയുന്നൊരു സത്യസന്ധൻ'
'ഞാനിന്നു ലോകമറിയുന്നൊരു സത്യവാനോ?
സംഘർഷപൂരിതമകം പുകയുന്നുവല്ലോ
മറ്റുള്ള പോംവഴി മരീചികയായി നില്ക്കേ
ചെയ്യേണ്ടി വന്നു', ഹൃദയവ്യഥയോടെയോർത്താൻ
കൂട്ടിക്കിഴിച്ചു പലവട്ടമതിന്റെ യുക്തി
തെറ്റല്ലതെന്ന നിലയിൽ വിശദീകരിച്ചു,
എന്നിട്ടുമുള്ളമൊരു ആഴികണക്കുലഞ്ഞു
ലോകർക്കിടയ്ക്കിതു അനാദരമാകുമല്ലോ?
ആജീവനാന്തമപകൃഷ്ടനരന്റെ ജന്മം
ജീവിച്ചുതീർക്കുക; ഇതിൽപരമെന്തു നാണം
വൈവിദ്ധ്യചിന്ത കനലായി വിരിഞ്ഞു നില്ക്കേ
കാലിൽ അസഹ്യ, മതിതീവ്രതയാർന്ന നീറ്റൽ!
ചിന്തുന്നു ചോര, ഉതിരുന്നു ചുവന്ന മാംസ-
പിണ്ഡം, വെളുത്ത മണലിൽ വിരിയുന്നു ഹൃത്തും
എന്നിട്ടുമൊന്നുമിളകാതെയിരുന്നതെന്തേ?
ആചാര്യസൗഖ്യ, മതുമാത്രമവന്റെയുള്ളിൽ
ചീറ്റിത്തെറിച്ച രുധിരം വദനത്തിലാകേ
ഞെട്ടിപ്പിടഞ്ഞ ഗുരു കാര്യമറിഞ്ഞുചൊന്നാൻ:
"ബ്രാഹ്മണ്യരക്തമൊഴുകും അതിശീതമോടെ
ക്ഷാത്രസ്യമപ്പടി, ഒലിച്ചു പരന്നു കാൺമൂ!"
ദീപ്തങ്ങളാം മിഴി വിടർത്തി, അഘോരയാതു
പോലേയമർഷ, മദമാകെ പുറത്തെടുത്തു
"നീ, സ്തേനനാണ്; മമശത്രുകുലത്തിലുള്ളോൻ
സ്തേയം പറഞ്ഞറിവു കൈവശമാക്കി നീയും!
ന്യായീകരിക്കയെളുതല്ല കഠോരമന്തു
ശിക്ഷാർഹനാണ്, ഉരിയാടുക നിന്റെ ഭാഗം"
ദൗർഭാഗ്യമോർത്തുരുകി, വാർന്നുതിരം, കരൾ പി-

ളർക്കേ, ഗുരുസ്വരമുയർന്നതു ആജ്ഞപോലെ
“ആക്ഷാരിതൻ, ത്രുടിദയക്ക ഭിശസ്തി ചൊല്വൂ
പാരുഷ്യരുട്ടിനധിപൻ, ദയയാൽ പൊറുക്ക
കല്പിച്ചുരയ്ക്ക തവശാപമൊഴിച്ചു, ഏതും,
നിൻപ്രീതിമാത്രമഭികാമ്യമെനിക്കു പണ്ടും
അത്യാർത്തിയോടെയറിവിന്നു തുടിച്ചു ചിത്തം
സൂതച്ചെറുക്കനതു കിട്ടുകയില്ലയല്ലോ?
അത്യന്തമാം അവമതിക്കുടമസ്ഥനായി
ഇന്നോളമീയകമെരിഞ്ഞപകർഷമോടെ
സംയുക്തരക്തമൊഴുകുന്നു ശരീരമാകേ
പൂണൂലിനാൽ പിറവിയായ വിരാട്ട് പുത്രൻ
തെറ്റെന്തു ചെയ്വതു? പറഞ്ഞതു സത്യമല്ലേ?
കാപട്യമില്ല, അറിവിന്നഭിവാഞ്ഛ മാത്രം
സ്വപ്നാടനത്തിലറിയുന്ന പിതാവിനേക്കാൾ
നിന്നെത്തലോടുമൊരു താതനു തുല്യമായി
നിൻ ഗാഢനിദ്ര സുഖപൂരിതമാക്കുവാനായ്
എൻ തീവ്രവേദന കുടിച്ചു; മനം നിറച്ചു.”
രൂക്ഷങ്ങളാം നയനമൊന്നു മയപ്പെടുത്തി
കൂട്ടിപ്പിരിഞ്ഞ മുഖപേശി അയഞ്ഞുതൂങ്ങി
കണ്ണീരിനാലെ ഹൃദയവ്യഥ കേട്ട നാഥൻ
തെല്ലൊന്നു ശാന്തത വരിച്ചു പറഞ്ഞു നിന്നാൻ
കൈവിട്ട ശസ്ത്ര, മുരിയാടിയ ശാപവാക്കും.
“കൈവെള്ളയിൽ പിടി തരാതെയകന്നുപോകും
ദുഃഖത്തിലിന്ദ്രിയമുടക്കി മനം തളർത്താ,
ആചന്ദ്രതാരമറിക, ധ്വനിയെന്ന പേരിൽ!
പിൻചെന്നവന്റെ നിറനേത്രമുടക്കി, ജാംഘലി–
കന്റംഘ്രലിയിൽ; നവസുമം വിരിയുന്ന ചേലിൽ
കൈകൂപ്പി, ഈശ്വര സമക്ഷമതർഘ്യമാക്കി
കാണിക്കവച്ചു ഗുരുഭൂതനെ ദൈവമുന്നിൽ!
‘എന്തെന്തു കാരണകളീയുലകത്തിലമ്മേ!
ചിന്തുന്നുചോരയകതാരു മുറിഞ്ഞുകീറേ
പൊള്ളുന്നു, നിൻകരതലോടലിലെന്റെയുള്ളം
എന്തിനു തന്നു ഒരു കീടസമാന ജന്മം!’
ദുഷ്ചിന്തയോടെ വിധിയെപ്പഴിചാരിയെത്തി
പൂഴിപ്പരപ്പിലൊരു ശാഖീനിഴൽ വിരിപ്പിൽ
ഓർത്തിട്ടുചൊന്നു, അവസാന വിഷാദ രംഗം
“പെട്ടിക്ക് കൂട്ട്, ശിലകൂടിയൊരുക്കിടാഞ്ഞോ?”

തന്നെച്ചുമന്ന തടിനിക്കഭിവാദ്യമേകി
മെല്ലെപ്പുണർന്നു തനയന്റെ വികാരവായ്പാൽ
മെല്ലെത്തലോടി നനവാർന്ന കരത്തിനാലേ
നല്കീ, പരേഷ്ടുക കണക്കു തണുത്ത ദുഗ്ദ്ധം
നിർജ്ജീവമായൊഴുകയാണവളെങ്കിലും ആ
താളത്തിലുണ്ട് രദനത്തിനവശ്യ തൈലം
ലക്ഷ്യം മറന്നു നടകൊണ്ടു പതുക്കെ ജാൽമൻ
പെട്ടെന്നു പായുമൊരു മാനിനെ, കണ്ടു ദൂരെ
ക്ഷിപ്രം തൊടുത്തു, വിശഖം, ശരിയായ ലക്ഷ്യം
ഓർക്കാപ്പുറത്തു, മരണത്തിനധീനയായി
താല്പര്യമോടെ ശരവേഗമറിഞ്ഞിടാനായ്
ഓടിക്കിതച്ച് ഇരതന്റെ സമീപമെത്തി
സ്തംഭിച്ചുനിന്നു മൃഗമല്ല, മറിച്ച്, വൃദ്ധ-
നാമന്തണന്റെ വിലയേറിയ ഗോവുതാനെ!
ഭഗ്നോദ്യമന്റെ വിറയാർന്ന കരങ്ങളപ്പോൾ
കൈത്താങ്ങിയായി കൃതഹസ്തമുഖത്തിനായി!
ആപാദചൂഢമൊരു വേപഥു തോന്നിയപ്പോൾ
'ഞാനീവസുന്ധരയെ പങ്കിലമാക്കുമെന്നോ?'
മർത്ത്യന്റെ ജീവിതമൊരോട സമാനമാകും
ചാഞ്ചാടിടുന്നു സുഖദുഃഖ തിരയ്ക്കുമിതേ!!!
"കൈത്തെറ്റുപറ്റി, കനിവാർന്നു പൊറുക്കവേണം
നല്കാം ധനം, അധികമായി കിടാങ്ങളേയും"
കോപിഷ്ഠവിപ്രനണുപോലുമലിഞ്ഞിടാതേ
ശാപം ചൊരിഞ്ഞു വിനയാന്വിത മസ്തകത്തിൽ..
"വില്ലാളിയായ് കൊടിയ ശത്രുവിനെത്തുരത്തേ
തേർചക്രമാഴുമവിചാരിതമായി ചേറിൽ
എൻഗോവ്, ഈയുലകവാസമൊഴിഞ്ഞ പോലെ
മാഥം, ഒരിക്കലുമൊരുങ്ങിയ നേരമെത്താ!"
മാതാവിനാലെ വിധുതം, പരവാദനാമം
അജ്ഞാതതന്ത; ഗുരു,ബാധവശാപവാക്കും
അത്യാഹിതത്തിനിനി വേറെ തരസ്സ് വേണോ
കിട്ടീല്ലയോ നെടിയതൂണുകളായി ദുഃഖം?
കൈനീട്ടമാക്കി, വിധിയീ ഉപഹാരമെല്ലാം
പിൻവാങ്ങി മെല്ലെ; കിളിവാതിലിലൂടെ നോക്കി
പൊട്ടിച്ചിരിച്ചു കളിയാക്കി; അവൾക്കു വേണം
മാറ്റാന്റെ ദുഃഖവുമവന്റെ പിളർന്ന ഹൃത്തും
മറ്റാരുമില്ല ഉപമാതയൊഴിച്ച്, ഹാർദ്ദം

നല്കുന്നവൾ; കരുതലോടെ നിറഞ്ഞ പൂന്തേൻ
കത്തുന്നകം മൃദുലവാണികളാലെ നീക്കീ-
യാലോലമാട്ടി, തഴുകും മൃദുഹാസമോടെ
ജീവിക്കണം, പകരമായി കൊടുക്കവേണം
താലോലമാട്ടിയ കരത്തിനുറച്ച ശക്തി
സർവ്വം ത്യജിച്ച മനസ്സിന്നുടമയ്ക്കു വേണം
ലോകം മുഴുക്കെ അറിയുന്നൊരു കീർത്തിയെന്നും
ചിന്തിച്ചുറച്ചു, അവസാനമവൻ മടങ്ങി
പൈമ്പാൽ കൊതിച്ച ചെറുകന്ന് കുതിച്ചീടും പോൽ
മിണ്ടീല്ലവൻ, പരമകാരുണികൻ പൊഴിച്ച
'സൽക്കർമ്മ'മൊന്നു, മലിവാർന്ന മനം കറുക്കാം...
പോറ്റമ്മതൻ അരുമസൂനുവിലുള്ള വായ്പും
താതന്റെ ഉൾപ്പുളകവും കൊതിതീരെയുണ്ടു
സംതൃപ്തിയോടെ തനയൻ വിലയേറിയാഥം
ഉൾക്കൊണ്ടു തന്റെ അഭിശസ്തയിടർ മറന്നേൻ!

3

സുഹൃദ്സംഗമം

കാലം വരച്ച വര ദുഷ്കരമെങ്കിലും, ആ
ഖഡ്ഗത്തെമാറ്റിയൊരു പൂക്കുരലാക്കി മാറ്റാൻ
കാർക്കശ്യമാക്കണമകം, കനലാൽ നിറയ്ക്കാം
വൈരാഗ്യചിന്ത ഉടലിന്റെയപൂപമാക്കാം
 ചിന്തിച്ചുറച്ചു പതിയേ നടകൊണ്ടു കർണ്ണൻ
 ഉള്ളിൽ പ്രതീക്ഷകളിരമ്പി, നുരഞ്ഞു പൊങ്ങി
 വെക്കം നടന്നുടനെ തുംഗപദം പിടിക്കാൻ
 മുന്നിൽ ഒളിച്ച ഇരുളിൻ അപഹാരമോർക്കാ!
ദൗർഭാഗ്യമെപ്പൊഴുമൊരാത്മ സുഹൃത്തുപോലെ
കിന്നാരമോതി, കലഹിച്ചു നടന്നു കൂടെ
രാധേയനാകലഹ, സൗഹൃദക്കൂട്ടിനൊത്തു
മേളിച്ചു രാപ്പകലവൾക്കു വശപ്പെടാതേ...
 ദ്രോണന്റെ ശിഷ്യരൊരുപോലെ മിടുക്കരെന്ന
 ധാർഷ്ട്യം നിറഞ്ഞ പദവിക്കുടമസ്ഥനായി
 ചൊന്നാൻ നിഗൂഢത മനസ്സിലൊളിച്ചു വച്ചു
 "മാത്സര്യമോടെ അതിശിക്ഷിതനെത്തിരക്കാം"
ആയോധനാമികവിലെ പ്രഥമസ്ഥരാരെ-
ന്നുള്ളാപരീക്ഷ പല വേദിയിലായ് നടക്കേ
കൗന്തേയ പുത്രനെതിരെപ്പൊരുതാനൊരാളും
ഇല്ലെന്ന തോന്നലിലിരുന്നൊരു കാലമപ്പോൾ
 കേട്ടൂ അലർച്ച, മുറിവേറ്റ മൃഗേന്ദ്രനെപ്പോൽ
 കാണായി സൂര്യകിരണം ചൊരിയുന്ന വീരൻ

തേജസ്വിയായൊരു യുവത്വമടുത്തു നില്പൂ
വന്ദിച്ചു വന്ദ്യഗുരുഭൂതരെയാദ്യമായി
ചൊന്നാൻ; ദൃഢസ്വര വചസ്സു സദസ്സു കേൾക്കേ
"വില്ലാളിയായ മമ ആശ പരസ്യമാക്കാം,
കാന്തേയനോടു പൊരുതാനനുവാദമേകൂ
അല്ലായ്കിലെന്നെ അപരാജിതനായി വാഴ്ത്തൂ."
സ്തംഭിച്ചു പോയിതു സമസ്തസദ്യസ്യരൊന്നായ്
തെല്ലൊന്നു സംഭ്രമമവർക്കു തുണയ്ക്കുനിന്നു
അന്ധന്റെയുള്ളിലൊളിമിന്നി നിറഞ്ഞു നില്ക്കേ
ഗാംഗേയനുൽക്കട വികാരമടക്കി നിന്നൂ
ദുര്യോധനൻ അധികതല്പരനായി നില്ക്കേ
ഭീമന്റെയുള്ളിലൊരു തീപ്പൊരി കത്തിയാളി
ധർമ്മേന്ദ്രനോ, അപകടം അകതാരിലേറ്റി
'കൈവിട്ടകന്നു മമശാന്തി സുരക്ഷയെല്ലാം'
നിർവീര്യനായി, നിലതെറ്റിയ ഇന്ദ്രപുത്രൻ
സർവ്വാത്മനാ ഉരുകി ദസ്യുവിനക്രമത്താൽ
'കാംക്ഷിച്ചിരുൾ മറ തനിക്കു ലഭിച്ചിരുന്നേൽ
ദൈന്യം നിറഞ്ഞ വദനം പുറമേക്കു കാണാ!'
അന്തർ പ്രചോദന നിമിത്തമറിഞ്ഞു സത്യം
മിണ്ടീല്ലയൊന്നു, മതകത്തു നിറച്ചു മന്ത്രി
ചൊല്ലാതിരിക്കുക അതൃപ്തി നിറഞ്ഞ വാക്യം
നന്നെന്നു തോന്നി വിധിയെപ്പഴിചാരി നിന്നു
വേദിക്കിടത്ത്, കിളിപോയ, ഒഴിഞ്ഞ കൂടു—
പോലേയൊരമ്മ; മനസ്സിൽ പിടിവിട്ടു വീണു...
ബോധം തെളിഞ്ഞു; വിദുരന്റെ നിയന്ത്രണത്താൽ
ലോകം മറിച്ചൊരപവാദമുരച്ചതില്ല!

പേടയ്ക്കകെത്തൊരു പുലർച്ചെയൊഴുക്കിവിട്ട
നേരത്തുരച്ച മൃദുവാണി മനസ്സിലോടി
"കാണാം നമുക്കിനി വിദൂരവെളുത്ത രാവിൽ"
കാണുന്നു അദ്യ, നവസൂര്യനുദിച്ച ചേലിൽ!
ഇക്കാലമത്രയുമിതൊന്നുമറിഞ്ഞതില്ല
ഓർക്കാനെനിക്കു മടിയായി ദുരന്തഭൂവിൽ
ശേഷിച്ചകാലമിതുമാത്രമെനിക്കു ചിന്ത
ഇല്ലില്ല, സൗഖ്യമിനി ജീവിതകാലമറ്റം
സത്യം പുറത്തറികിലേറെ വിനാശമാകും
എന്തെന്തു ചെയ്വതു? ടയോന്റെ ദയയ്ക്കു നില്പൂ

ലോകത്തിലിത്തരമൊരു പ്രതിസന്ധിയെന്തേ
തന്നൂ, പ്രതീക്ഷ മുഴുവൻ വെറുമിയ്യലാകാം!
രക്ത പരസ്പരമകന്നു; നിണം കറുത്തു
ചിന്തുന്ന ചോരവദനത്തിലൊലിച്ചിറങ്ങി
അമ്പേറ്റ പാടിലമൃതം തടവേണ്ട കൈയാൽ
ഞെക്കേണ്ടി വന്നു, ഗളനാളി മുറിഞ്ഞുതീരേ!
സത്യം ഇതെങ്കിലു, മുറക്കെയതേറ്റു ചൊന്നാൽ
മൂല്യച്യുതിക്കളവു കൂടുതലെന്നു ചൊല്ലും
ദാക്ഷിണ്യമേതുമിയലാതേ കടുപ്പമോടേ
വീണ്ടും തഥാ കുസുമപേടയെടുത്തൊഴുക്കാം
കുന്തിക്കിതെന്തു വരമാണ് കൊടുത്തതീശൻ
തൂത്താൽ കളങ്കമകലാതെ കറുപ്പുകൂട്ടും
ആരോടു ചൊല്ലുമവിവേക രഹസ്യമെല്ലാം
രണ്ടായ്കിലും പ്രതിവിധിക്കിടയില്ല താനും!

പാർത്ഥന്റെ ചെയ്തികളിലാദരമാർന്നവർക്ക്
അത്യത്ഭുതം നവയുവത്വമുണർത്തിയപ്പോൾ
ലോകർക്കിടയ്ക്കു ഇരുചേരി തിരിഞ്ഞുയുദ്ധം
വാക്കാലെ നീണ്ടു, വിജയം അതിഥിക്കു തന്നെ!
ഉപ്പിൽ പതിച്ച ചെറുവൊച്ചു കണക്കെ നീണ്ടു
വാർന്നങ്ങു പോയി രുധിരം, വിളറിത്തണുത്തു
ചൊന്നാൻ "ഗുരുക്കളിതു മത്സരമാക്കിടാ, മെ-
ന്നാൽ തുല്യതയ്ക്ക് ഒരു മൂല്യമതുണ്ട് പാരിൽ...."
രാധേയനില്ല, കുലവും ഗുണവും; അനാഥ
നുണ്ടോ നിഭം? മിഴിനിറഞ്ഞു തടാകമായി.
താൻ നിന്ന ഭൂമി നെടുകേ പിളരാൻ കൊതിച്ചോ?
തൻ സ്വന്ത മാതൃപിതൃശക്തികളെ സ്മരിച്ചോ?
മഞ്ഞിൽ കുതിർന്നൊരു സരോരുഹമെന്ന പോലെ
താണു അവന്റെ മുഖപങ്കജമൊട്ടു നേരം
നിശ്ചേഷ്ടനായി, കഠിനവ്യഥയോടെ നില്ക്കേ
ശക്തങ്ങളാം കരതലോടലറിഞ്ഞു കർണ്ണൻ
മിത്രത്തിലൂന്നിയ വിശാല വികാരതയ്ക്ക്
മീതേ നിഗൂഢമൊരു ലക്ഷ്യമതിൽ നിറഞ്ഞോ?
എന്താകിലും തനിയെ ലക്ഷ്യപഥത്തിലെത്താൻ
സാമർത്ഥ്യമില്ല, എളിയോനത് ബോദ്ധ്യമായി
ലക്ഷ്യത്തിലെത്തുവതിനായവനറ്റ കൈയായ്
ദുര്യോധനാദികളുടെ പ്രണയത്തിനെത്തി

തീർത്തും വിധേയ, നടിമയ്ക്കു സമാനമായി
സൂര്യന്റെ സൂനു കുരുവംശസഹായിയായി!
കൈകോർത്തു ചേർന്നിരുവരും; ദൃഢചിത്തനായി
അല്പം അഹന്തവദനത്തിലൊളിച്ചു വച്ചു
ഗർവ്വോടവൻ അലറി: ഈ ധ്വനിയിന്നുതൊട്ട്
അംഗപ്രദേശ യുവരാജനറിഞ്ഞു കൊൾക!!"
"സംഭവ്യമല്ല! ഇതു സത്യവചസ്സുതന്നെ!
ആത്മാവുതേങ്ങി; ഇനി ഞാനൊരുയർന്ന പൂമാൻ"
വ്യത്യസ്ത ചിന്തകളിലൂന്നിയ ഹൃത്തൊതുക്കി
വന്ദിച്ചു രാജനെ, ഒരുത്തമ മിത്രമാക്കി.
വര്യന്റെ വർഗ്ഗമൊരുപാട് അധഃപതിച്ചോ?
മാറ്റത്തിനായ് ആകമാനം തുടി കൊട്ടിയെന്നോ?
സൂതന്റെ മോനെ തൃപ്തനാക്കിയ കൗരവന്റെ
കേമത്തരം ജനത ഉത്സവമാക്കി മാറ്റി
അന്ധന്റെയുള്ളിലൊരു ബർഹിണമാടി നിന്നു
പട്ടാഭിഷേകമറിയിപ്പിനു ആജ്ഞയേകി
സംഘർഷപൂരിത മുഖത്തിലൊളിച്ചു; എല്ലാം
പുത്രന്റെ നൈപുണിയിലത്യധികം ഭ്രമിച്ചു
'ആർഭാട പൂർവ്വമധികാരമറിഞ്ഞു കർണ്ണൻ
അംഗപ്രദേശമിനി തന്റെ നിയന്ത്രണത്തിൽ
കൈയൂക്കു കാട്ടുവതിനായി വരം ലഭിച്ചു
എന്നാൽ തനിക്ക്, ഉടലിൽ അവകാശമില്ല!
സർവ്വം കൊടുക്ക, അതിലോല വികാരമന്യേ
ലക്ഷ്യം തികയ്ക്കുവതിനിത്ര കടുപ്പമേറ്റാം...
സൂതച്ചെറുക്കനൊരു താതനിരിക്കുമെന്ന
സായൂജ്യമല്ലൊ അകതാരിലൊളിച്ച മോഹം!'
വേദിക്കടുത്തിടറിയ ത്രിപദം ചലിച്ചു—
കാണേ, പ്രവൃദ്ധ കുതകത്തൊടെയോടികർണ്ണൻ
പാദത്തിലൊട്ടിയ മുഖം വിറപൂണ്ട കൈയാൽ
മേല്പോട്ടുയർത്തി ചുടുചുംബനമൊന്നു നല്കി
കണ്ണീർ പൊഴിച്ചു, ജനമൊന്നിളകിത്തുടങ്ങി
കൊടുംകുഴൽവിളികളാർപ്പുകളേറി വന്നൂ
താരുണ്യമാടി, യുവകോമള ദർശനത്താൽ
മാതാക്കളാശ മനതാരിലടക്കി വച്ചു
ആദിത്യനോ, അമൃതകുംഭമൊഴിച്ചു ലാവാൽ
താരങ്ങളൊക്കെയഴകാർന്ന സുമം പൊഴിച്ചു
രത്നക്കിരീടമണിയിച്ചു, ചിരിച്ചുമിന്നൽ

ആചാരഗുണ്ടുകളനേകമയച്ചു കൊണ്ടൽ
കല്ലോലിനിക്ക് അധികാരമദം പിടിച്ചു
തൻപുത്രനിന്ന് യുവരാജപദം ലഭിക്കേ
കൂകിപ്പറന്നു, ഉടയാട പരത്തി വീകം
ഉന്മത്തരായി മൃഗരാജി മദിച്ചു നിന്നു
സിംഹക്കരുത്തു, മഭിമാനവുമൊത്തു പാർത്ഥൻ
മുന്നോട്ടുനീങ്ങി എതിരാളിയെ വീഴ്ത്തിടാനായ്
ആപത്തിലായ സുതരക്ഷ കണക്കിലാക്കി
സൂര്യേന്ദ്ര ദേവകളുണർന്നു തലം ഭരിച്ചു
കാർകൊണ്ടലാലെ സുതനെപ്പരിരക്ഷ നല്കേ
സൂര്യൻ അഘോര കിരണം സുതനായ് ചൊരിഞ്ഞു
വ്യത്യസ്ത ദർശനസുഖം നുകരേ ജനങ്ങൾ
കണ്ടൂ, ജ്വലിക്കുമിരുപേരുടെ നേത്രഭംഗി!

വമ്പുള്ള ഭീമനതിഭീകര ഭാവമോടേ
ചൊന്നാൻ: ‘സമാനത കുലത്തിനു വേണമല്ലോ?’
വീണ്ടും വിമർശനമടങ്ങിയ ജല്പനങ്ങൾ
വേദിക്കിടയ്ക്കു പലവട്ടമുയർന്നു താണു
സ്വന്തം ജനിക്കുടമയെയറിയാത്ത കർണ്ണൻ
കൈകൂപ്പി ദേവനോടു യാചന ചെയ്തു പുത്രൻ
കാണേ, വരണ്ടു ഹൃദയം, കരയാതെ കേണൂ
കാതോർത്തു കുന്തിയൊരൊടുക്ക വിളിക്കു വേണ്ടി!
വീൺവാക്കിലുള്ള അതിദൂഷണ വാക്കു കേൾക്കേ
കീഴ്മേൽ മറിഞ്ഞതലയാഴി കണക്കെ മർത്ത്യർ
ചോദ്യോത്തരങ്ങളൊരുപാട് ഉരുത്തിരിഞ്ഞൂ
സത്യം, അതൊന്ന് പുറമേക്കു വരാൻ മടിച്ചൂ
ദുര്യോധനന്റെ കരതീർന്ന ഗദയ്ക്കു മുന്നിൽ
ശാന്തം, സദസ്യരുടെ ശീർഷമുയർന്നു നിന്നു
ആകാംക്ഷരായ ജനതയ്ക്കു വിചിന്തനത്തി–
ന്നായിട്ടവൻ, ഉചിതമായനുയോഗമെയ്തു
“അഗ്നിക്ക് ജനമൊരുപോലെ ജലത്തിനാലും
തീക്കല്ലുമൊപ്പമവകാശികളായിടുന്നു
ഇച്ചൊന്നപോലെ ഒരുവന്റെ കരുത്തളക്കാൻ
വേണോ, വിരാട്ടുമഹിമയ്ക്കുടമാവകാശം?”
വീണ്ടും പറഞ്ഞുയുവരാജനുറച്ച വാക്കാൽ
“ഔന്നത്യമേറിയ പിതാക്കളറിഞ്ഞിരുന്നോ
സ്വന്തം ജനിക്കുടമകൾ, കുലവും; അവർക്കായ്

ആഢ്യത്വമുള്ള പിതൃജാതകമുണ്ട് എന്നും?
ഗാംഗേയ, പാണ്ടു, കുരുതാതനടങ്ങിയോരേം
കൗന്തേയമക്കളൊരുപോലെ, അമാതൃനേയും
പൂജിക്കുമെങ്കിലതുപോലെ, അനാഥനേയും
പൂജിച്ചിടാം, ഇവനുമുന്നതവംശജൻ താൻ!!

ആഹ്ലാദമാരവമുയർന്നു സദസ്സിലാകെ
കർണ്ണന്റെ ശീർഷമൊരുവേളയുയർന്നു താണു
കൊമ്പന്റെ മസ്തകമുരച്ചു, അനാഥ ഫാലേ
ചുംബിച്ചു കൈകളിരുപേരുമുറച്ച മിത്രം
പാറ്റിക്കളഞ്ഞ പൊടിധാന്യമകന്നപോലേ
ജീർണ്ണിച്ച ഭാഷണമിറക്കി വിനീതരായി
ഭാരിച്ച ഹൃത്തു, മതിലേറെ വിഷം നിറച്ചും
കൗന്തേയ രഞ്ചുമിരുളിൻ മറയിൽ കഴിഞ്ഞു.

4

വീൺവാക്ക്

പാഞ്ചാലരാജനെ പിടിച്ചു ഗുരേച്ഛ തീർക്കാൻ
കല്പിച്ചു ദ്രോണനൊരു ദക്ഷിണയെന്നപേരിൽ
ദ്രോണന്റെ ബുദ്ധി 'അറിവിൻ വ്യഭിചാര'മാകേ
പാർത്ഥന്റെ ശക്തിയിലയാളൊരു മന്നനായി
    തന്ത്രങ്ങളൊത്തിരി മെനഞ്ഞു കുരുക്കളൊന്നായ്
    ഉന്മൂലനാശമവരാഗ്രഹമെന്നുമെന്നും
    നന്നായ് മെനഞ്ഞു മഹനീയ ഹർമ്യം
    തീയ്യാൽ നശിക്കുമതു, പാണ്ഡവരൊന്നുപോലെ
ആറാറു ജീവനിരു തട്ടിലിരുന്നു കേഴേ
നീതിക്കു നീട്ടിയ കരങ്ങളെ തട്ടിമാറ്റി
തീയിൽപ്പിടഞ്ഞു ചിറകറ്റു കരിഞ്ഞു തീരേ
ഭൂമിക്കധീശഗണവീരരൊഴിഞ്ഞു പോയീ
    സ്വന്തം ചിതയ്ക്കു കിറുകൃത്യതയോടെയാരും
    തീയിട്ടു തൻമഹിമ കൂട്ടുകയില്ല പാരിൽ
    ഏവം നടത്തുവതു പാണ്ഡവപുത്രരൊന്നായ്
    തൻ ജീവനാണ് വലുതെന്ന് അവർക്കു തോന്നി
രണ്ടാമതും അടവിയിൽ അറിയപ്പെടാതെ
കുന്തീസമേതമലയേണ്ടി വരുന്ന ദുഃഖം
തീക്ഷ്ണങ്ങളാം മനവികാരമിളക്കി വിട്ടു
ഒപ്പം നൃപന്റെ ദയ, നീതികളും നടത്തി
    മാതൃത്വ നിറവിൽ ഒരു രാക്ഷസിക്ക്

വംശസ്നുഷപ്പദവി നല്കി, പുണർന്നു കുന്തി
പുത്രന്റെ ദർശനസുഖം ഇടവേള ധന്യ-
മാക്കേ; ഹിഡുംബ, ബകഹത്യ നടത്തി ഭീമൻ
അംഗാരവർണ്ണനെതിരെപ്പൊരുതേ കിരീടി
നേടീ, ത്രിലോകവിവരം, അറിയാൻ വിവേകം!
കൂട്ടത്തിലൊത്തു തളരാത്ത ഹയങ്ങളേയും
രാജ്യോന്നതിക്ക് ഗുരു ധൗമ്യമഹർഷിയേയും
പാഞ്ചാലദേശമൊരു വേളി നടത്തുവാനായ്
ആർഭാടപൂർവ്വമണുപോലുമണിഞ്ഞൊരുങ്ങി
യാഗാഗ്നിയിൽ പിറവികൊണ്ട മകൾക്കു വേണ്ടി
പാഞ്ചാല രാജനൊരപൂർവ്വ വിരുന്നൊരുക്കി
മേല്ത്തട്ടിലായി രഭസേ ഇളകുന്ന മീനേ-
യമ്പിനാൽ, തറയിലാക്കണമത്രെ ചേലിൽ
സ്റ്റീൽ ഞാണുകൊണ്ടു പണിതീർത്തൊരു പുണ്യചാപം
കൈയിൽ മെരുക്കുക, തുലോം കഠിനപ്രയത്നം!
"ആരാലുമാക്രിയ നടത്തുമവർക്കു വേൾക്കാം
ലോകൈക സുന്ദരിയെ" തിട്ടമുറച്ച വാക്യം!
കോരിക്കുടിച്ചു നൃപരൊക്കെ വിശിഷ്ട ഭോജ്യം
ആകാംക്ഷരായ് വരണമാല്യമുഹൂർത്തമോർത്തും
ലക്ഷ്യം പിഴച്ചു മുടിനാരിഴമാറി; അഞ്ചും
പാഴായി; മെല്ലെ മിഴിതാണു മടങ്ങി കർണ്ണൻ
കർണ്ണന്റെ തോല്‌വി വിധിയായ്ക്കരുതാം, മറിച്ച്,
പാഞ്ചാല പുത്രിയുടെ ജാതകമൊന്നുമാറാം
പാഞ്ചാലി കർണ്ണകരമൊന്നു പിടിച്ചിരുന്നേൽ
ഇദ്ഭാരതക്കഥ മറിച്ചൊരു രൂപമാകാം
ഈശന്റെ കല്പിതമകറ്റി മറിച്ചു വയ്ക്കാൻ
ആയുസ്സു തീരെ കുറവായ നരന്നുപറ്റാ..
പാഞ്ചാലദേശമവനന്നു കൊടുത്തു രണ്ടു-
വമ്പൻ പരാജയ, മതേധിത മൂർത്തമല്ലോ
ദൗർഭാഗ്യ ജാതകമരച്ചു കുടിച്ച കർണ്ണൻ
സുസ്മേര ഭവമോടതിന്നഭിവാദ്യമേകീ!
മാതാവിനിച്ഛ നിറവേറ്റിയ പാണ്ഡുപുത്രർ
കൈക്കൊണ്ടു ദ്രൗപതിയെ, തുല്യകളത്രമാക്കി
രാജന്യനാശമവളാലേ നടപ്പിലാവാൻ
ദൈവേച്ഛപോലെയൊരു നാടകമാടി വീണ്ടും
വൃഷ്ണീകുലത്തിനവകാശിയറിഞ്ഞു സത്യം

ഉൾക്കൊണ്ടു ഭീഷ്മരു, മമാത്യനുമൊന്നുപോലെ
ഉള്ളാൽ മദിച്ചു പുളകാർജ്ജിതരായി, യെന്നാൽ,
കൗടില്യനാടകമൊരുക്കിയവർ കരഞ്ഞു
ആലംബഹീനരുടെ രക്ഷകനായ കണ്ണൻ
ഏകീമനസ്സു, വിമനസ്സിനു, ജായുവായി
ദുര്യോധനന്നു വസുഷേണനെയെന്നപോലെ
പാർത്ഥനു കിട്ടി വിലയേറിയ രത്നമൊന്ന്
രണ്ടാം തിരസ്കരണി താണു; അതിന്നുശേഷം
കൗന്തേയ, വൃഷ്ണികളകന്നു രഹസ്യമായി
ഇക്കർമ്മമാകുമൊരു നാടക രംഗഭാവം
തീർത്തും മതിപ്പുവില കൂടിയവർക്കു വീണ്ടും
വ്യാസേച്ഛ ദൈവഹിതമായി നിനച്ച രാജൻ
പുത്രിക്കു പഞ്ചപതിമാരെ കൊടുത്തു മോദാൽ
ആകാശസീമയിലതിന്നു സമാനമായി
ചന്ദ്രന്റെ പഞ്ചമുഖ സംഗമമാടി നിന്നു.
പൊന്നിൽ കുളിച്ച, അഴകാർന്ന ഇവൾക്കൊഴിച്ച്
ആർക്കുണ്ടിതേവരമിരിപ്പു ജഗത്തിലിന്ന്?
കാക്കേണ്ടതുണ്ട്, വിധിയെന്ത്യറിയാൻ നമുക്ക്
ദൗർഭാഗ്യ,ഭാഗ്യമറിയാനൊരു പാടുകാലം
'കർണ്ണനുകൂടി അവകാശമിരുന്നതല്ലേ'
ചിന്തിച്ചു കുന്തിയൊരുമാത്ര, മനം നുറുങ്ങി
അല്ലെങ്കിലെന്തു സുഖമാണ് അവന്നുവേണ്ടി
നല്കാൻ കഴിഞ്ഞിതു? ശിരസ്സു കുനിഞ്ഞു പോയി

വിപ്രന്റെ രൂപമവനിൽ കുടിക്കൊണ്ടിരുന്നാ-
തേജസ്സുകൂട്ടി, കുലകന്യക നൃത്തമാടി
ഇന്ദ്രന്റെ ഭംഗി സചിയാലെ വിളങ്ങി നില്ക്കും
സ്വാഹയ്ക്കുകൂട്ടിനനലന്റെ സഹായമെത്തും
ലക്ഷ്മിക്കു വിഷ്ണുവു, മുഷയ്ക്ക് വിപാദനായും
രാമന്നു സീത, നളനോ ദമയന്തികൂട്ടും
ഭൂതേശനായി ഉമകാത്തു കിടന്ന പോലേ
കാമത്തുടിപ്പിലമരാൻ രതി കാത്തുനിന്നു
ഇച്ചൊന്നപോലെ വിജയന്റെ സമീപമെത്തി
കാതോർത്തുകന്യക അഭീഷ്ട വചസ്സിനായി
കൈകോർത്തവൻ, മിഴിപരസ്പരമൊന്നു ചേരേ
പൂമാല ചാർത്തി സഹധർമ്മിണിയായി നിന്നാൾ

നൈരാശ്യ കാമുകരിടംവലമോടി നിന്നൂ
പൊയ്പ്പോയ മൂല്യനിധിയോർത്തു വിഷണ്ണരായി
സൽപാത്രദാനമവിടെ ദ്രുപദൻ, കരത്താൽ
ചെയ്തെന്ന സത്യമവരൊക്കെ മറന്നുപോയോ?
　　നിഷ്കാസിതർക്ക്, അവഹേളനമായി തോന്നീ
　　സർവ്വാഭിസാര വിളികേട്ടു സദസ്സിലാകേ!
　　തോറ്റോടി സാംബ, ഗദ, സാത്യകിയാദി മന്നർ
　　ദുര്യോധനാദികളുമൊപ്പമിളിഭ്യരായി
രണ്ടാം പരാജയരസം സഹജൻ കൊടുക്കേ
എന്തോ അവന്റെയകതാരിലുടക്കി നിന്നു
വാത്സല്യമുക്ത, പിതൃതുല്യ വികാരമാണോ?
ആത്മാഭിമാന, മതിലേറെ നിരാശയാണോ?
　　തത്തുല്യമാണവനിലെക്കഴിവെന്നറിഞ്ഞു
　　ചൊന്നാൻ, മയത്തിലഭിനന്ദന വാക്യമൊന്ന്
　　ഔന്നത്യപീഠമൊരുവേളയൊരുക്കി കർണ്ണൻ
　　തൻജന്മ ബീജമഹിമയ്ക്കു മഹത്വമേറ്റീ
കാണാത്ത താതമുഖമോർത്തു തരിച്ചു നില്ക്കേ
ഞാണിന്റെ രോദനമിരമ്പി, മനം തളർന്നു
അന്യന്റെ മുന്നിലവനൊത്തിരി താണുപോയോ,
വീണ്ടും നിറഞ്ഞ നയനം സ്വപിതാവു കണ്ടോ?

　　അഞ്ചാണ്ടിലൊന്നിലൊരു കന്യക പോലെ വീണ്ടും
　　കാമിച്ചിടാൻ വരമവൾക്കു കൊടുത്തു ഈശൻ
　　ലക്ഷ്യത്തിലെത്തുവതിനായ് ഇതുവേണ്ടതാകാം
　　ഈശന്റെ ലീലകളിലപ്രിയമില്ലതാനും
മാതൃത്വദുഃഖമറിയാൻ വിധി നല്കി ഭാഗ്യം?
സൗഭാഗ്യവും, കറകളഞ്ഞ കരുത്തുമൊപ്പം
ശ്രീകൃഷ്ണഭക്തിയിലധിഷ്ഠിതമായ ഹൃത്തും
തീർത്തും അചഞ്ചലമനസ്സിലമർന്ന വീറും
　　ആറാണ്ടിലൊന്ന് വസുഷേണനെടുത്തിടാഞ്ഞു
　　കുന്തിക്ക്, ഈശകൃപ കിട്ടിയിരുന്നുവെങ്കിൽ!
　　ഈ ചിന്ത അത്രയുമതിർത്തികടന്നതാകാം
　　ഈശന്റെ കല്പന ശഠൻ പരിദാനമാക്കാ
മുത്തശ്ശിയായി ചെറുമക്കളെ പോറ്റി കുന്തി
അന്യന്റെ കോട്ടയിലെ കോകിലമെന്നപോലെ
ലാളിച്ചിടേണ്ടവനൊരുത്തനകന്നു നില്ക്കേ

സ്നേഹം കൊടുത്തു കൊതി തീർത്തു പലർക്കുമായി

കൺകോണിലൂടെ ഹൃദയം കവരേ, ഉലൂപി
വേട്ടുകുമാരനെ; രമിച്ചൊരു വാസരത്തിൽ
വിട്ടിട്ടുപോന്നവളെ സാഗരതീരമൊന്നിൽ
ചൊല്ലീവികാര വിടുതിക്കവ,നർദ്ധ ചിത്തേ
ചിത്രാംഗദയ്ക്കവനൊരുത്തമ സൂനമേകി
വൃഷ്ണീകുലത്തിനനുരൂപവരന്റെ ഭാവം
കൈക്കൊണ്ടു ഭർത്തൃപദമേറെ തരത്തിലായി
ബന്ധുത്വശക്തി വിപുലീകൃതമാക്കി പാർത്ഥൻ
അഗ്നിക്ക് തന്റെ അശനായ ശമിപ്പതിന്നായ്
ഗാണ്ഡീവിതൻ പ്രകരമേകി, വിനീതനായി
കർമ്മത്തിനേറെ വിലയുണ്ടതു ചെയ്തവർക്ക്
കിട്ടീ, അനശ്വരനിധിക്കു സമാനശസ്ത്രം
അഗ്നിക്കു വേണ്ടി ബലിനല്കിയ ജീവനൊക്കെ
മോക്ഷത്തിലെത്തുമതിനില്ലൊരു മാറ്റമൊട്ടും
കർമ്മം നടത്തി വിധിയാലെ സഹായമേകി
രക്ഷിച്ചു മായയെ; കിരീടി, ശിഖിക്കു നല്കാ!
ഇന്ദ്രാദിദേവരഭിനന്ദനമേകി നില്ക്കേ
കാണാതെ തക്ഷകസുതൻ സ്വയമേ പുറത്തായ്
നീഡത്തിലെച്ചെറുപതത്രികളെപ്പുണർന്നി-
ല്ലാ പാവകൻ; മലിനമല്ലകമെന്നു കാട്ടീ
സൃഷ്ടിസ്ഥിതിക്ക് അവകാശികളായവർക്ക്
സംഹാരതന്ത്രമൊരുപോലെ വഴങ്ങുമല്ലോ
ജീവൻ കൊടുപ്പതറിയാത്ത മഹത്വമാണ്ടോർ
ജീവൻ എടുപ്പതതിനീചകുതന്ത്രമല്ലേ?
ശ്രേഷ്ഠങ്ങളാകുമുപഹാര സമർപ്പണത്താൽ
നേടാൻ കഴിഞ്ഞു അനിയന്ത്രിത മോഹതൃപ്തി
ഇന്നും നടക്കുവതിതേ പ്രതിഭാസമെങ്ങും,
മൂല്യച്യുതിക്കിളവിനായ് ശ്രമമൊട്ടുവേണം!
സമ്പന്നരായി നര, ദേവകളേറെ തുഷ്ടർ
സൗഭാഗ്യനാളിനു കുലത്തെയൊരുക്കി പാർത്ഥൻ
മായയ്ക്കു, പാർത്ഥകനിവാലെ ലഭിച്ച ജീവാൽ
വെച്ചൂ ഭ്രമാത്മകതരത്തിലുയർന്ന സൗധം
വിഭ്രാന്തിതോന്നിയതിലത്ഭുത കാഴ്ചകാണേ,
കൈവിട്ടു ശാന്തി വധുവിൽ പരിഹാസമേല്ക്കേ

വിച്ഛിന്നബോധ നിലയെത്തിയ കൗരവന്മാർ
ക്രൗര്യം നിറഞ്ഞ മുഖശോഭയോടങ്ങു നിന്നൂ...

രണ്ടും കഴിഞ്ഞു ഇനി നാരദവേഷമോടേ
മൂന്നാം കളിക്ക് അനുവാദമണിക്കിലുക്കം,
കേൾക്കേ പൊടുന്നനെയെടുത്തിതു തീരുമാനം
ആവാം, നടത്തുക അനുത്തമ രാജസൂയം
ദേവാംശരായ നരജന്മമതാഗ്രഹിച്ചു
അച്ഛന്നു ഇന്ദ്രസഭയിൽ ഒരു പീഠമേകാൻ
കൃഷ്ണന്റെ സർവ്വവിധ സേവനമുൾപ്പെടുത്തി
സർവ്വം ജയിച്ചു; കഠിനശ്രമമൊട്ടുചേരാ
രാജാധിരാജനണിയുന്ന കിരീടമേന്തി
നിന്നാൻ യുധിഷ്ഠിരനപാരസമൃദ്ധനായി
ഭീഷ്മന്റെ വാക്കിനു അമൂല്യത നല്കി മന്നൻ
പൂജിച്ചിതാപ്തനെയൊരഗ്ര്യ ശുഭംയുവായി
കണ്ണന്റെ പാദമൊരു പൂജിത വസ്തുവായി
കണ്ടൂ, യുധിഷ്ഠിരനൊടുക്കമെഭീഷ്ട ഹൃത്താൽ
വൈരിക്കു പൂജ; മിഴികൾക്കു വെറുപ്പു കൂട്ടും
പൊട്ടിത്തെറിച്ചു ശിശുപാലനൊരു'ഗ്രനായി'
ജന്മത്തിലേ അധികമംഗബലത്തിലാർന്ന
ചേദിപ്രദേശ യുവരാജനൊരർഭകനായിരിക്കേ
ഉത്സംഗമേറ്റിയ ഉടൻ, ശിശുവിൻ പ്രവേഷ്ടം,
കണ്ണും മറഞ്ഞ നിമിഷത്തിലറിഞ്ഞു തായ
തൻ പുത്രഘാതകനിവൻ; ഇതിലില്ല മാറ്റം
കുമ്പിട്ടുയാചന നടത്തി: 'മകന്റെ ജീവൻ'
മാതാപിതാകുലമകറ്റി, ഉറപ്പു നല്കി
തീർത്തും ക്ഷമിക്കുമപരാധമൊരായിരം പോൽ
സഭ്യേതരുക്തികളിലപ്രിയമൊന്നു കാട്ടി
മൗനം ഭുജിച്ചിതര സാക്ഷികളൊക്കെ നില്ക്കേ
അക്ഷോഭ്യനായി ഗുണദോഷ വശങ്ങളോതി
ചൊവ്വേനടത്തുവതിനാദ്യമൊരുങ്ങി ഭീഷ്മർ
ക്ഷോഭം അരച്ചു പശിതീർത്ത മനസ്സിലുണ്ടോ
വേദാന്തചിന്ത പരിപാവനമായിടുന്നു
അന്യന്റെ ധാർഷ്ട്യമതിർത്തി കടന്നു നില്ക്കേ
പ്രത്യുത്തരം കുലപിതാമഹനൊന്നു നല്കി
ക്ഷോഭിച്ചു തീക്ഷ്ണനയനങ്ങളുയർത്തി ഭീഷ്മർ

ചൊന്നാൻ: "മൃഗേന്ദ്രവദനത്ത് കുരയ്ക്കയോ നീ?
ശ്വാനന്റെ ജല്പനമൊരാളുമെടുക്കുകില്ല
മൂല്യം നിറഞ്ഞമൃതവാണികളല്ലിതൊന്നും
    ദീപ്തങ്ങളായ മമചിന്തകളേയുമെന്റെ
    അത്യുഗ്രമാം ശപഥമൂല്യതയെപ്പഴിച്ചും
    തീർത്ഥം ചൊരുത്തുമതിസുന്ദരിയാകുമെന്റെ
    മാതാവിലൂന്നിയ അവജ്ഞകളും പൊറുക്കാ.."
ഇവ്വണ്ണമൊക്കെ നടമാടണമെന്ന പൂർവ്വ-
നിർണ്ണീത കല്പന, മറിച്ച് തിരിച്ചിടാമോ?
കണ്ണന്റെ കൈ അവനിലാഞ്ഞു പതിച്ചിടേണ്ടേ
വിഷ്ണുപദത്തെ ഒരുപാട് കൊതിച്ചവർക്കായ്!
    കണ്ണന്റെ ചെയ്തികളിലപ്രിയരായി മന്നർ
    എന്നാലതിൽ പരമതൃപ്തിയടഞ്ഞു വീരർ
    രണ്ടായി, ചേരിതിരിവായി; മനം മടുത്ത
    ധർമ്മേന്ദ്ര ദുഃഖമൊരു ചാട്ടുളിയായി മാറീ!
എന്നാൽ സുഖം പരമകാഷ്ഠയിലെത്തി നിന്നൂ
കൈപ്പേറുമാദിനമൊരുത്സവമാക്കി മാറ്റി
വേട്ടയ്ക്കുവിട്ട മൃഗമെന്നതുപോലെ എന്നോ
തീരും അവന്റെ വിധിയും, അരുതാത്ത കാലേ!

    തീർത്തും തകർന്നു കുരുരാജനിണം വഹിപ്പോർ
    പ്രത്യേകമായി തിലകക്കുറിചാർത്തിയോരും
    എല്ലാ ഗുണങ്ങളു, മതിന്റെ പതിന്മടങ്ങ്
    അന്യന്റെ മേന്മയിലസൂയ നിറഞ്ഞ ഭാവം
കൈക്കൊണ്ട അന്ധനിതിലെന്തു വികാരമാവാം
കൈക്കൊൾവു, ചിന്തിതമതിൽ, അനുകൂല ഭാവം
നിഷ്പ്രജ്ഞമോന്റെയെരിയുന്ന മനം തലോടി
നിസ്തന്ദ്രരൂപമതിനേകി പിതാവിനാലേ
    ദ്രോഹം, അസൂയ, ധനമോഹവുമൊത്തുചേർന്ന
    താതന്റെ പുത്രനതിലേറെ അസൂയ മൂത്തു
    വിഭ്രാന്തിയേറിയ മനം അതിസൂക്ഷ്മമായി
    കൊള്ളിച്ചെരമ്പ,തപരന്റെ കുലം തകർത്തു!

ദ്യൂതത്തിനാലപകടം വരുമെന്നു തിട്ടം
ജാൽമന്റെ വൃത്തി അതിലില്ല; അപഥ്യമുണ്ടാം
സ്വേച്ഛാധിപത്യ ഭരണത്തിനു കേൾവികേട്ട

രാജന്റെ ആജ്ഞീയ യഥാവിധി കേട്ടുമന്നൻ
ചിന്തിച്ചനേകതവണക്കിതു വേണമോയെ-
ന്നുള്ളം ചികഞ്ഞു; വിടുതീക്കിടമില്ലയെന്നും
കൗന്തേയരൊക്കെ പിതൃതുല്യയമാത്യനൊപ്പം
അന്ധന്റെ മുന്നിലൊരു ശാരിഫലം തുറന്നു
സർവ്വസ്വവും കളിയിലൂടെയടിച്ചെടുത്തു
അന്യന്റെ ചോരയു,മവന്റെ കളത്രവും പോൽ!
മുജ്ജന്മപാപഫലമാണോ, ഇതെന്നു ചൊല്ലാൻ
ആകില്ലയാർക്കുമുലകിൽ, വിധിയെന്നു ചൊല്ലാം!
നിശ്ശബ്ദമായ സഭയിൽ പലവട്ടമമ്പോ,
ഉച്ചത്തിലായ് ശകുനിതൻ വിജയിച്ചു കേട്ടു
കണ്ടു അധർമ്മ വിളയാട്ടമനേകരൊന്നായ്
സംപൂജ്യരും, അധമരും മറുവാക്കു ചൊല്ലാ
"ഇവ്വണ്ണമുള്ള വിധി കൗരവപുത്രനാലേ
സാധിച്ചിടും," പ്രവചനം ജനനത്തിലുണ്ടായ്
മുന്നേ പ്രതിക്രിയ നടത്തിയിരുന്നുവെങ്കിൽ
ഇന്നീ ദുരന്തമിതുപോലെ കിളിർത്തു പൊങ്ങാ!
മന്ത്രിക്കുമാത്രമെതിര, പ്രിയമായി ചൊന്നാൻ:
"ധർമ്മച്യുതിക്കിതിടയാക്കു, മതിപ്രപഞ്ചം;
കീഴ്മേൽ മറിഞ്ഞിടു, മതിൻ പിതൃഭാവമൊന്നായ്.
വീതിച്ചെടുത്തതണിയാം കുരുവംശ ശീർഷേ"
കൈയൂക്കവന്റെ വധുവിൽ പ്രകടീകരിക്കാൻ
സ്വന്തം നിലയ്ക്കടിമയായവനില്ല ധർമ്മം
എന്നാലിതേ വിധമൊരപ്രിയ സത്യമല്ലോ
ആടിത്തിമർത്തിതു മഹാരഥസന്നിധാനം

കർണ്ണാനിനക്കിതപമാന ഭവംതരില്ലേ
അന്യന്റെ ഭാര്യയുടെ വസ്ത്രമഴിച്ചുകാണാൻ
ആ സ്ത്രൈണ ഭാവമകമേ വിരിയിച്ചിടാനായ്
ധാർഷ്ട്യത്തൊടന്നതു പുലമ്പിയതെന്തിനാണോ?
നിന്റെ സ്വരം ജ്വലനനിൽ ഒഴുകിപ്പടർന്ന
എണ്ണയ്ക്കു തുല്യ, മതിലൂറിയ രൗദ്രഭാവം;
കത്തിപ്പടർന്നു, അണുപോലുമൊഴിഞ്ഞതില്ല
വീൺ വാക്കിലപ്പിടി പരാക്രമഭാവമല്ലു
കഷ്ടം! ചവിട്ടിയലിയിച്ച ചളിക്കുഴമ്പിൽ
സ്ത്രീത്വത്തെ മറ്റൊരു പതിപ്പിലിഴഞ്ഞു കാണാൻ;

നിന്നുള്ളമേറെ തുടികൊട്ടിയിരുന്നുവെന്ന്
നിൻവാക്കിലൂടെ മറുലോകരറിഞ്ഞുവല്ലോ
വേണ്ടായിരുന്നു അവളോട്; അതീവഹാർദ്ദം
കാട്ടുന്ന ധാത്രിയെ മനസ്സിലിരുത്തിടാഞ്ഞൂ
പക്ഷേ, ഇരുന്നത്; മുഖം തുണിയാൽ മറച്ച
പെറ്റമ്മയാക്കിയതിനുത്തരമാരു ചൊല്ലും?
ദുര്യോധനന്നിതിലപ്പുറമില്ല തൃപ്തി
കെട്ടിപ്പിടിച്ചു ശകുനിക്കു കൊടുത്തൊരുമ്മ
കർണ്ണന്റെ വാക്കമൃതമാരി പൊഴിച്ചതല്ലോ
സംപ്രീതനായി മുഖമൊട്ടു വിടർത്തിനോക്കി
നീണ്ടുള്ള വാർമുടി പിടിച്ചൊരു ധൂർത്തനാലേ
വൈകല്യമേതുമറിയാത്തൊരു നാരിയെത്തി
ലോലം, സുതാര്യവസനത്തിലൊളിച്ച മേനി
ലോകർക്കു മുന്നിലെ കരിന്തിരിയായി മാറി
ധർമ്മിഷ്ഠരും, ബഹുതലപ്രതികാരി പോലും
മിണ്ടീല്ലയൊന്നു, മവരന്ധതയെപ്പുണർന്നു!
എന്നാൽ, വികർണ്ണമൊഴിയിൽ നിറയെക്കവിഞ്ഞു
നാരിക്കു വേണ്ടി, യൊരുറച്ച മനുഷ്യശബ്ദം!
ആ ശബ്ദ വീചിയൊഴുകിപ്പടരാൻ നിമിത്തം,
കേട്ടമ്പരന്നു, കുരുവംശ വിഭാഗമൊന്നായ്
ചേറിൽ വളർന്നു വികസിച്ച സരോരുഹം പോൽ
ശോഭിച്ചു നിന്നു, വിനയം മിഴിയിൽ നിറച്ചും
അക്ഷോഭ്യനായി, ഒരു വിപ്ലവകാരിയെപ്പോൽ
ചൊല്ലീ വികർണ്ണനൊരു നീതി നിറഞ്ഞ വാക്യം
എന്നാലതിന്നൊരു ശതഹ്രദ മൂല്യമത്രേ
മന്നൻ കൊടുത്തതു; വിധിക്കു വഴിപ്പെടേണ്ടേ?
തീണ്ടാരിയാർന്ന കുലജായയിഴഞ്ഞു ചീർത്തു
തോന്നീല്ലതിൽ വിരസതക്കളവേറിയില്ല!
ധർമ്മിഷ്ഠ, നീതി നിറവിൽ വിളയാടിയോർക്കും
തോന്നീല്ല തെല്ലുമതിലപ്രിയമായതൊന്നും!
വസ്ത്രങ്ങളൂരി എറിയുന്നതിനുള്ള യാജ്ഞ
സൂതൻ കൊടുത്തതളവറ്റ നിരാശയായി
കൈകൂപ്പി, ചുറ്റിലൊരുതാരക ശോഭ കാണാൻ
മോഹത്തോടെ പരതി, ശൂന്യത കണ്ടുനാരി
"മറ്റൊന്നുമില്ല പകരം തരുവാനിവൾക്ക്
കണ്ണിന്റെ ആർദ്രത വിലക്കിയ പീളമാത്രം

ദുശ്ശാസനന്റെ അവിവേക രസം സഹിപ്പീ–
യേഴയ്ക്കു, നീയൊഴികെയില്ല, യൊരാളുപോലും.”
കഷ്ടം! അനാദര, മതീവ ഗുരുത്വദോഷം
ജ്യേഷ്ഠന്റെ പത്നി ജനനിക്കു സദൃക്ഷയല്ലോ
ആ സ്നേഹവായ്പിലലിയേണ്ടവരൊന്നുപോലേ
കാമപ്പിരാന്തിനടിമയ്ക്കു സമാനമായീ
അഞ്ചുണ്ട് വീരപതിമാർ; ഭുവനം ഭരിപ്പോർ,
ധർമ്മം നടത്തുവതു ജീവിതമാക്കിയോർക്കും,
സർവ്വം ത്യജിച്ച് ഇഹലോക സുഖം വെടിഞ്ഞോർ–
ക്കിമ്പം നനുത്ത ഉടലിൽ; ഗുരുകാരണോർക്കും!

കൃഷ്ണന്റെ ലീലകളരങ്ങു തകർത്തു നിന്നൂ
വർണ്ണപ്രപഞ്ച തിരമാലയുയർത്തിയാടി!
വസ്ത്രാഞ്ചലം പകരുമാസുഖമൊട്ടു ചോർന്നൂ
നൈരാശ്യമോടെ തലചായ്ച്ചു കുലം പിഴച്ചോർ
പണ്ടേ കവർന്ന ഉടയാടകളൊന്നു ചേർത്തീ
യേഴയ്ക്കു നല്കിയ വരം ചെറുതല്ല ദേവാ
അന്നേ നടന്നൊരു വിവസ്ത്രവതീപ്രയോഗം
ഇന്നും നടത്തുമതിതീവ്രതയോടെയെങ്ങും!
കഷ്ടം! മഹാസഭയിലന്നു നിറഞ്ഞു മൗനം
ഇന്നും അതേയളവി, ലിത്തിരികൂടിയെന്നോ
ഏതേതുകാലമിതുമാറി, നിറഞ്ഞു നില്ക്കാൻ
നാരിക്കു സാദ്ധ്യമതടുത്ത യുഗത്തിലാണോ?
കാമാർത്തിയോടെയപരന്നുടലം കൊടുപ്പോർ
സൽപേരിനാലെ വിളിചൊല്ലുകയില്ല നൂനം
തത്തുല്യമായവിടെയാടിയ നീചകൃത്യം
കണ്ടെന്നുചൊല്ലി,യതിനു പ്രതികാരമോതി:
“നിന്റെയിടം തുട തകർത്തിടുമെൻ ഗദയ്ക്കായ്
ചൊല്ലുന്നു ഭീമനിതു, സത്യമിതാണു സത്യം!
ദുശ്ശാസനന്റെ വിരിമാറു തകർത്തു ചോര
എണ്ണയ്ക്കു തുല്യ; മതഴിച്ച മുടിക്കു ചാർത്തും”
ഉഗ്രപ്രതിജ്ഞകളെടുത്തു ചതുർദളങ്ങൾ,
കർണ്ണന്റെപാദമൊരുവേള നൃപന്റെ ദുഃഖം
അത്രയ്ക്കു തുല്യത ഇരിപ്പതു മാതൃപാദേ
സന്ദേഹമുണ്ടതിലെ സത്യമറിഞ്ഞീടേണം
തീർത്തും വെറുക്കു, മരിയായൊരു സൂതപുത്രൻ

മാതാവുമായി പിരിയാത്തൊരു ചാർച്ചയുണ്ടോ?
കണ്ടെത്തണം അതിനിഗൂഢ വിചിത്രഭാവം
തേർത്തട്ടിലേറി കൊലചെയ്യുവതാരെയാകാം?
"കാലം കനിഞ്ഞു ഫലമേകണമെന്നു മാത്രം,
കാക്കാം നമുക്കുചിതകാലമടുക്കുവോളം
വാഴാം നമുക്കവിടെ കാന്തകൃപക്കു കീഴിൽ
കാലം നമുക്കൊരു ജാലമെറിഞ്ഞു നല്കും"
ഇച്ചൊന്നവാക്കിലുടനീളമതൃപ്തി കാട്ടാ,
കീഴ്പ്പെട്ടു സോദരരടങ്ങി, പിതാജ്ഞപോലെ
വീണ്ടും പഴേപടി പരാജിതരായി നീങ്ങി,
ഉള്ളിൽ പ്രതീക്ഷകളിരമ്പി, ശുഭാപ്തിയോടെ
മാന്തോലുടുത്തു വനചേഷ്ടകളോടെ നില്ക്കും
തൻ പുത്രദർശനമൊരമ്മ സഹിക്കയില്ല
പാണ്ഡുകളത്രമൊരുമാത്ര തരിച്ചുപോയി
തീരാത്ത വേദനയൊഴുക്കി; ഉടൽ കുഴഞ്ഞു
കുന്തീ നിനക്കിതു സഹിക്ക, കഠോരമെന്നാൽ,
നിൻ മൂത്തപുത്രനഭിമാനമോടേ ഭരിപ്പൂ
വൈകീല്ല, സത്യമതുറക്കെ വിളിച്ചുകൂവാൻ,
എന്നാകിലീ കഠിനകാലമൊഴിച്ചിടാഞ്ഞു
ദുഷ്ടർക്കു ദൈവമൊരുവേളയിരട്ടി നല്കു—
മെന്നുള്ള സത്യമറിയാതെ പറഞ്ഞതല്ല
അത്യുന്നപീഠമൊരു കുത്തകയാക്കുവോർതൻ
വീഴുന്ന കാഴ്ച, മിഴികൾക്കു സുഖപ്രദം താൻ!

ആസന്നഭാവിയിലൊരങ്കമുറയ്ക്കു വേണ്ടി
തയ്യാറെടുത്തവരകത്ത്, അരക്കു പാകി
ക്രോധം, നിരാശ, പകയാദിഗുണങ്ങളോടെ
പണ്ടേ നടന്നവഴി വീണ്ടുമളന്നുകേറീ
മാനത്തുകണ്ടു ഉപസർഗ്ഗമനേകമമ്പോ
മുന്നിൽ വരുന്ന അതിഭീഷണ കാഴ്ചപോലെ
വക്ത്രം അഴിഞ്ഞമുടിയാലെ മറച്ച രാജ്ഞി,
"വീണ്ടും നടത്തുമിതുപോലൊരു ജാഥ," ചൊന്നോ?
ഉള്ളം കറുത്തു, നഗരം തറപറ്റിടാതേ
കാത്തുസ്വയം മിഴിയടച്ചു അജാതശത്രു
കൈനോക്കി; ഭീമനതിശക്ത കരങ്ങളാലേ
ചെയ്യേണ്ട വൃത്തികളകത്ത് തെളിഞ്ഞു കണ്ടോ?

അസ്ത്രം നിറയ്ക്കുമിതുപോലെയടുത്ത കാലം
എന്നുള്ള ചിന്ത, വിജയന്റെ പദം പറഞ്ഞോ?
മാദ്രീസുതൻ സ്വയമനിഷ്ടമടക്കി നീങ്ങി
തൻ മേനി ഭസ്മമയമാക്കി വെറുപ്പുകാട്ടീ
ധൗമ്യന്റെ കീർത്തനമകമ്പടിയായി കേൾക്കാം
കൈയിൽ പവിത്രമതു ദക്ഷിണ ഭാഗെ നിന്നും
മുന്നിൽ നടന്ന വിമനസ്സിനു കൂട്ടു ചേർന്നൂ
അഗ്രാഹ്യമായതിനെ തള്ളി വരേണ്യവിപ്രർ.

5

ശപഥം

മാനാഭിമാനവുമധീശമഹത്ത്വവും ക്ഷ-
യിച്ചായുറന്നി, മൊരു വാക്കു പറഞ്ഞിടാതേ
തീർത്തും നിരാശ, രതിദുഃഖിതരെങ്കിലും ആ
തീരത്തുറക്കി, വസുദൈവകുടുംബമൊന്നായ്
ദാരിദ്ര്യദുഃഖമറിയാനിടയാക്കിയോന്റെ
കാരുണ്യഹസ്തമലിവോടെ കൊടുത്ത ഭാണ്ഡം!
ആഹാര്യവസ്തുവഹകൾ നിറയേയെടുക്കാം
പാഞ്ചാലപുത്രിയുടെ തൃപ്തിയൊടുക്കമാക്കാം
കണ്ണന്റെ യാഗമനമേകിയവർക്കു ജീവൻ
ധൈര്യം കൊടുത്തു, പരിഹാരമുടൻ നടത്താം
"ഈഭൂമി രക്തവെറിപൂണ്ടു മദിച്ചു നില്പൂ
തീർക്കാമതിന്റെ അഭിലാഷമടുത്ത നാളിൽ
തേയ്പിച്ചിടാം മുടിയിലാരുധിരം നിറച്ചും,
ഊരും തകർന്നു കരയുന്ന മൃഗത്തെ കാട്ടാം."
എന്നാൽ യുധിഷ്ഠിര മനം ശിലപോൽ ഉറച്ചു
വേണ്ടെന്നു ചൊല്ലി വിനയത്തോടെ ധർമ്മപുത്രർ
"പണ്ടേ പിണഞ്ഞൊരപരാധമകറ്റിടാനായ്
ഈ ശിക്ഷ വേണ, മൊഴിവാക്കുക സാദ്ധ്യമല്ല."
ജ്യേഷ്ഠന്റെ വാക്കിനു മറുത്തുപറഞ്ഞിടാതേ
കൗന്തേയരൊക്കെയൊരുപോലെയടങ്ങി നിന്നു
"ദൂതിന്നു പോകുവതിലപ്രിയമില്ലിവൾക്ക്
എന്നാൽ, അഴിച്ചമുടി കെട്ടണമെന്നു മാത്രം

അഞ്ചാണിനാലെ പരിണീതയിവൾ, അഥാപി
ഊഢയ്ക്കുകിട്ടി പരിചാരിണിയെന്ന പട്ടം!”
വ്യക്തം തവാഗ്രഹമെനിക്കുമതുണ്ട് മുന്നേ
ചൊന്നോ, ത്രിലോകപുരുഷൻ, നവനേത്രവാക്കാൽ
സംതൃപ്തയായി അതിലേറെ വിശുദ്ധിയോടേ
ചൊന്നാളവന്ന് മിഴിനീരിലലിഞ്ഞ നന്ദി....
“ദുശ്ശാസനന്റെ ചുടുചോര കുടിച്ച ചുണ്ടും
മാറിൽ അണിഞ്ഞ കുടലോടെ ധവന്റെ രൂപം
പാർത്ഥന്റെ അസ്ത്രമുനയാൽ തറപറ്റീയുള്ളാ-
രാധേയ രൂപവുമകം നിറയെപ്പതിക്കാം
വീണ്ടും നിനക്കിവിടെ ഉർവിയടക്കി വാഴും
തത്ത്വാവബോധമികവുള്ളൊരു കാന്തനേയും
കണ്ണാലെ കാട്ടുമിതു സത്യമിതെൻ പ്രദാനം.”
ചൊന്നിട്ടവൻ പതിയെ യാത്ര പറഞ്ഞു നീങ്ങി.
വേദാന്തചിന്ത ഉടലിന്നടിവേരിളക്കും
മോഹം ശമിച്ചു, ഋഷിതുല്യത കൈവരിക്കും
പൊയ്പ്പോയ തൊന്നിലുമകം വ്യഥകാട്ടിടാതേ
സൽപ്പേരിനായി കഠിനശ്രമമൊന്നു കാട്ടും
എന്നാലിതിന്നു വിപരീത ദിശയ്ക്കു നീങ്ങും
മർത്ത്യർക്കു കോപമതിവേഗമിരച്ചു കേറും
കോപത്തിനാലെ ഉയരും ഉടലിന്റെ താപം
ഊക്കോടൊഴുക്കുമതു, നാം അറിയാതെ പായും
തത്താദൃശം, ഇവിടെ പാണ്ഡുദളങ്ങളിപ്പോൾ
തൈലീനവും അരിയുമെന്ന കണക്കിലായീ!
ജ്യേഷ്ഠന്റെ ശാന്തത സഹിക്കയെളുപ്പമല്ല
എന്നാലൊ, മന്യുവിനപസ്വരമെങ്ങുമില്ല!
ആറാണ്ടിനപ്പുറമവന്റെ കരത്തിലായി
അത്യുഗ്രശേഷി നിറയുന്ന ശിവന്റെയസ്ത്രം
ഭൂലോകവാസി കനവിൽ കണികണ്ടിരുന്ന
ദേവേന്ദ്ര പീഠമവനായി പകുത്തു താതൻ!
എല്ലാം ലഭിച്ചവനിലെപ്പകയൊന്നടങ്ങി?
ശാപം, അനുഗ്രഹതരത്തിലെടുത്തു പാർത്ഥൻ
താതന്റെ വൈരികളെയൊക്കെ തുരത്തിനേടീ
വേണ്ടത്ര ശക്തിയുമനുഗ്രഹ, കീർത്തിയെല്ലാം
പത്താണ്ടുപാഞ്ഞു സുഖ ദുഃഖഭവങ്ങളോടെ
കണ്ടു കിരീടിയെ മഹത്ത്വ മനീഷിയായി
ചുറ്റിക്കറങ്ങി പലനാടുകളും കടന്നു

രണ്ടാണ്ടു കൂടി വിധി നല്കിയവർക്കു മിച്ചം
വ്യാഴം ചരിച്ചു അതിവേഗമൊരിക്കലെന്നോ
പൂർത്തീകരിച്ചു വനവാസമതേ പ്രകാരം
കോപം തുടങ്ങിയ ദുഷിച്ചവയെത്തടുക്കാൻ
ഈശൻ കൊടുത്ത വരദാനമിതത്രെ കേമം!

വൈരാഗ്യചിന്ത ഹൃദയത്തെ മഥിച്ചിടുമ്പോൾ
കൈയിൽ നിറയ്ക്കുമൊഴിയാതെ ശരങ്ങളമ്പോ
ദ്രോഹിക്കണം, അപരനെപ്പകതീരുവോളം
കൊല്ലാക്കൊലയ്ക്കുതകുമാ പരിപാടി നോക്കും
ഇച്ചൊന്ന വണ്ണമൊരു ചിന്തയുദിച്ചുകൊണ്ടാ
സൂതന്റെ ഉൾത്തടമിരമ്പി, രണത്തിനായി
സന്തുഷ്ടനായി അരചന്റെ മനം തുടിച്ചു
പാർത്ഥന്റെ ലീലകളറിഞ്ഞു നിരാശനാകേ
ഗർവ്വം നിറഞ്ഞ വഴിയേ നടകൊണ്ടു നീയും
തോറ്റോടി, ഭീരുവിനു ചേർന്ന വിധത്തിലന്ന്
കഷ്ടം, പരന്നൂ സഹതാപകരം കൊടുക്കാൻ
തോന്നീല്ലയോ വിമനസ്സിന്റെ ദുരാഗ്രഹത്താൽ
കഷ്ടത്തിലാക്കിയ രിപുക്കളൊടുക്കമന്ന്
രക്ഷിച്ചു നിങ്ങളെ; കടുത്ത വിപത്തു നീക്കി
യാചിച്ചുവോ, കരുണ 'തെണ്ടി'കളോടു മന്നൻ
തോന്നീല്ലയോ, തവ നൃശംസ്യനൃപന്നു നാണം?
ജീവൻ ത്യജിച്ചു അപമാനമൊടുക്കീടാനായ്
മോഹിച്ചൊരാപ്രിയ സഖാവിനകം തിരിച്ചും,
തോറ്റോടി വന്നതിലെ യുക്തി നിരത്തിവച്ചും,
മേലിൽ നടത്തുമൊരു തന്ത്രമെടുത്തു കാട്ടി
പശ്ചാത്തപിക്കുമൊരു പാപിയെ നേർവഴിക്കു
മാറ്റേണ്ട ദൗത്യമറിയാതെ പറഞ്ഞതാണോ?
കൊണ്ടും കൊടുത്തുമിനി ജീവിതകാലമെല്ലാം
തീർക്കേണ്ട ബാദ്ധ്യത ശിരസ്സിലെടുക്കണോ നീ?
"ക്രവ്യം, പ്രസന്നയുമെനിക്കിനിയില്ല തീരേ
പാദം നനയ്ക്കുമതു വൈരി നിണത്തിനാലേ"
സത്യപ്രതിജ്ഞ മുഖദാവിലെടുത്തു സൂതൻ
നന്ദിക്കുവേണ്ടി തവ ജന്മ സുഖം ത്യജിച്ചോ?
സന്തുഷ്ടനായി അനുയാത്ര നടത്തി രാജൻ
വീറോടെ, മുൻ ആകതയ്ക്കു വിരാമമിട്ടു
അക്രീത ദാസകരശക്തിയോടേ നടത്തി

ഏറ്റം പ്രവേഗമിയലുന്നൊരു രാജസൂയം!

അജ്ഞാതവാസമവരിൽ പ്രതികാര വാഞ്ഛ
ചൂളയ്ക്കുവച്ചൊരു ആയസ്സിനു തുല്യമാക്കി
നാരായമാണ് മുറിവിൽ തടവുന്നതെന്ന്
തോന്നും വിധം വിധിയവർക്കു കൊടുത്തു ഭാഗ്യം?
കള്ളം പറഞ്ഞൊളിവിലായ്, സ്വയരക്ഷ നേടി-
യാരാജ്യമന്നനെ അധീനതയിൽ വരുത്തി
ലക്ഷ്യം നടത്തി വിജയക്കൊടി നാട്ടിടാനായ്
തയ്യാറെടുപ്പുകളനേക തരത്തിലായി
സൂതന്റെ മൃത്യു ചതിയാലെ നടത്തുമെന്ന
സത്യം സുരോക്തിയിലറിഞ്ഞ യുധിഷ്ഠിരന്ന്
വേണ്ടെന്നു ചൊല്ലി, അഹിതാശ്രു തുടിച്ചിടാതേ
നീ നിന്റെ 'ആട്ട'യെ തലോടിയെടുത്തു വച്ചോ?

രാധേയ പാദമിടറാതെ പിടിച്ചു നില്ക്കാൻ
കാണാത്ത താതമുഖമൊന്നു നടത്തിയജ്ഞം
തോറ്റില്ലവൻ, അസുവെ പുല്ലുവിലയ്ക്കു നല്കി
കൂട്ടുപിടിച്ചു, ഉരിയാടിയ സത്യമന്ന്
കാനീന ജീവനുടമയ്ക്കു നിഷിദ്ധ്യമത്രേ
കാണാത്ത മാതൃപിതൃവായ്പ് പകർന്നു കിട്ടൽ
തൊട്ടിൽ കൊടുത്തു പരിരക്ഷയുറപ്പു നല്കി
താതന്റെ രക്ഷ, കവചം നിറവേറ്റുമത്രേ!
കുഞ്ഞിന്റെ നാവിലലിയേണ്ട മൃതത്തെ, സ്ഥാനം
തെറ്റിച്ചു, മാറിലണിയിച്ച വിശാല വായ്പും,
സൽപ്പേരിനായി രുധിരത്തെ മറന്ന മാതൃ-
സ്നേഹത്തിനാഴവുമിനിത്തിരയേണ്ട ലോകം

താതന്നുവേണ്ടി സുഖഭോഗ യശസ്സുമെല്ലാം
കാറ്റിൽ പറത്തി മുനിപോലെ നടന്നമുന്നർ
ചെയ്യാത്ത കർമ്മപരിപാലനമാക്കുരുന്നു—
തോളിൽ കയറ്റി, മഹമയ്ക്കു ശിരസ്സുകാട്ടി
"എന്നും നടക്കുവതു, എന്റെ മികവാണു സത്യം;
മേൽക്കൈ കൊടുക്കുവതു പാർത്ഥന്, തിട്ടമല്ലേ?
അജ്ഞാനമല്ലതു, വിധിക്കു വിളങ്ങിടേണ്ടേ
എന്നാലുമെൻ കഴിവു ഞാൻ പുറകോട്ടിടില്ല."
സൂതന്റെ വാക്കിലെ നിരാശ നിറം കെടുത്തു-

മീലോക വാഴ്ചയിലെ മത്സര ജീവിതത്തെ
കിട്ടേണ്ട നീതി നിയമപരിരക്ഷയേകി
അന്യർക്കു നല്കുമതിലില്ല മഹത്ത്വമൊട്ടും!
    കാണേണ്ടതുണ്ട്, പുകയുന്ന മനസ്സിനാഴം
    കാട്ടീല്ലതിന്റെയസഹിഷ്ണുതയൊട്ടു പോലും
    കിട്ടേണ്ട ഭാഗ്യമപരന്നു കനിഞ്ഞു നല്കാൻ
    തോന്നും വിധം ഋഷിസമാനതനായി സൂതൻ
താല്പര്യമൊടെയുടലം തവമൈത്രി തീർപ്പാൻ
ദാനം കൊടുത്തു, കടബാദ്ധ്യത തീർത്തുനിന്നു
ഉള്ളം, വളർത്തിയുടമയ്ക്കു കൊടുത്തു മുന്നേ
ശേഷിച്ചതോ, കരളിലേറ്റിയ ദുഃഖഭാവം
    സൂതാ, ഭവാന്റെ കഠിനവ്യഥ കണ്ടു നില്പാൻ
    കെല്പില്ലെനിക്കു, ഒരു മാതൃമനം തുടിപ്പേൻ
    അങ്കക്കിഴിക്ക് അവകാശമിരിക്കുമങ്ക-
    ക്കോഴിക്കു തുല്യനിവനെന്നു നിനയ്ക്കണോ ഞാൻ?

കാംക്ഷിച്ചുവോ സുതസുഖം നരനെന്നപോലെ
ദേവപ്രഭാവമഖിലം വെടിയേണ്ടിവന്നോ?
സൂതന്റെ രക്ഷകളെ തന്ത്രവിധിപ്രകാരം
കൈക്കുള്ളിലാക്കി സുതരക്ഷയുറപ്പിലാക്കി
    നീതിക്കു ചേർന്ന കളിയല്ലതു, ഇന്ദ്രവൃത്തി
    ചോദ്യോത്തരത്തിനു അമർത്ത്യത വിഘ്നമല്ലേ
    ഏവം നടത്തുമതുപോലെ സഹിക്കലോകം
    ഈശന്റെ ചെയ്തി, വിധിയെന്നു ധരിച്ചു കൊൾക!
സൽപ്പേരിനേറ്റൊരു കളങ്കമൊഴിച്ചിടാനായ്
നല്കീല്ലയോ വരവു, മസ്ത്രവുമൊന്നുപോലെ
കാര്യം നടത്തി വിജയം അനിവാര്യമാക്കാൻ
പോരാ ഇതെന്ന് ശരിയായറിയുന്ന ഇന്ദ്രൻ
    കർണ്ണം മുറിച്ച വസുഷേണന് കർണ്ണനെന്നായ്
    'വൈകർത്തനെ'ന്ന് കവചത്തെ മുറിച്ചുമാറ്റേ
    'ദാനത്തിലുന്നതനിവൻ' ഒരു ചൊല്ലു വീണു
    പുഷ്പങ്ങളാലെയഭിഷിക്തനുമായി സൂതൻ
സ്നേഹം പകർന്ന ഉപമാതയുമാസുഹൃത്തും
കൂടാതെ സൂര്യനുമവന്റെയകം നിറച്ചു
സത്യം ത്യജിച്ചു മരണത്തിനടിപ്പെടാതേ
ജീവിച്ചു തീർക്ക,യതിലർത്ഥമവന്നു തോന്നാ

മോഷ്ടിച്ചെടുക്കുക വിരാട പശുക്കളേയും,
തന്ത്രത്തിനാലൊളിവിലായവരെത്തിരഞ്ഞും
കണ്ടെത്തി, പാണ്ഡവരെ വീണ്ടുമൊരിക്കലൂടെ
കാട്ടിൽ നടത്തുവതിനുള്ള കുതന്ത്രമോർത്തു
യുദ്ധം നിനക്കൊരൊഴിയാത്ത വികാരമാകേ
അല്പം പരാതി പലരാലെയുതിർത്തുവന്ന്
തോല്ക്കാൻ ജനിച്ചവനുയിർക്കുകയില്ല മോനേ
സ്വപ്നത്തിലത്രെ അതിനുള്ള മരുന്നിരിപ്പൂ!
വീണ്ടും വിധിക്കു വിളയാടിടുവാൻ കൊടുത്തു
കർണ്ണന്റെ ജീവനെ; കിരീടകരത്തിനാലേ
മെയ്യിൽ പതിച്ച ശരമല്ല നിനക്കു ദണ്ഡം
തീർക്കുന്നവനെന്നതു പലർക്കുമറിഞ്ഞുകൂടാ
ലക്ഷ്യം പിഴച്ചു, വരുതിക്ക് വഴങ്ങിയില്ല
തോല്പിച്ചു കൗരവരെ പാണ്ഡവരൊന്നു ചേർന്ന്
സമ്മോഹനാസ്ത്രമികവാലെയുറങ്ങിയോർ തൻ
മേൽവസ്ത്രമൂരി മധുരപ്രതികാരമേകി
ദ്രോണന്റെ സൂനു പരമാർത്ഥമറിഞ്ഞിടാതേ
കൂരമ്പിനാലെ അകതാര് മുറിച്ചുവച്ചോ?
"കേഴേണ്ടതില്ല" മൃദുവായി പറഞ്ഞുവോനിൻ
താതൻ, തണുത്ത കരവല്ലരിയാലുഴിഞ്ഞോ?
ലക്ഷ്യം നടത്തുവതിന്നൂഴമൊരുങ്ങി നില്ക്കേ
പാഴാക്കി, പിന്തിരിയുമെന്ന പിഴക്കധീനൻ
കൗന്തേയ ലക്ഷ്യമറിയിച്ച സഭയ്ക്കകത്ത്
നീയെന്തിനായ് വികട വാക്യമുരച്ചു കർണ്ണാ
കൂട്ടത്തോടെ മറുപുറം മനസ്സാ വരിച്ചോർ
കുറ്റപ്പെടുത്തി, പരിപൂർണ്ണപരാധിയാക്കേ;
കണ്ണിൽ നിറഞ്ഞ ചുടുരക്തമൊഴിച്ചിടാനായ്
നിന്നാത്മമിത്രകരമൊന്നു പതുക്കെ നീണ്ടോ?
വേണ്ടത്ര ജാഗ്രത കൊടുത്തവിവേകിയാക്കി-
യാസൂനുവിന്ന്, അപഹാസ്യ വിധേയനായി
താന്തോന്നിയായി വളരുന്നയൊരുത്തനോട്
ആത്മാർത്ഥ ബാന്ധവമൊരുക്കിയതീശനാകാം!
കാലങ്ങളായി മനസ്സിന്റെയകത്തളത്തിൽ
കേൾക്കാൻ കൊതിച്ചൊരിഡ, ഭിന്ന രസജ്ഞയാലേ
കേട്ടുള്ള കർണ്ണ, നവനൊന്നു ചിരിച്ചു, കണ്ണാൽ
ഏകീകൃതജ്ഞത സഹർഭ്യനു വേണ്ടുവോളം
നാലാമനാണവനെ 'നല്ല'വനെന്നുരപ്പൂ

ഇക്കണ്ടമാന്യപുരുഷർ സഭയിൽ ഇരിക്കേ
ആക്ഷേപവാക്കുകളകം നിറയേ ലഭിച്ച
ആശപ്തവേദിയി,ലിളം കുളിരായി വാക്യം

മാനത്ത് തിങ്കളൊരു പൊൻതളികയ്ക്കു തുല്യം
കീഴേ നിറഞ്ഞു, രുചിയാ,യമപുത്രനാലേ
അജ്ഞാതവാസവുമളന്നു മുറപ്രകാരം
തീർക്കേണ്ട ബാദ്ധ്യതകളൊക്കെ നടത്തിവച്ചു
ഭൂമിക്കുവേണ്ടി നരഹത്യനടത്തിടാനായ്
കൈകോർത്തവർ തൃഷവെടിഞ്ഞ സഖാവിനൊപ്പം
സന്തുഷ്ടരെങ്കിലുമകം ഒരു ചൂളപോലെ
കത്തിജ്വലിച്ചു അഭിഘാതിയെ വെട്ടിവീഴ്ത്താൻ.

6

മാതൃസംഗമം

വേട്ടക്കൊരുങ്ങി ഇരു കൂട്ടരുമൊന്നുപോലെ
തൻ ചേരി കാക്കുവതിനാളുകളെത്തിരഞ്ഞു
കള്ളത്തരത്തിലപരന്റെ സഹായ ഹസ്തം
വാങ്ങിച്ചുവച്ചു പരമാർത്ഥത കെട്ട മന്നൻ
    ദുര്യോധനന്റെ ചതി തീർത്ത കയത്തിലാണ്ടു
    ശല്യർക്കു പൊങ്ങി, മറുചേരിയിലെത്ത വയ്യ
    വേണ്ടത്ര ചിന്ത സതതം അനിവാര്യമെന്ന
    പാഠം പഠിച്ചു, അരചൻ ഒരു കുഞ്ഞിനെപ്പോൽ
അക്ഷൗഹിണിക്കു കുറവുണ്ടതു, പാണ്ഡവർക്ക്
സാക്ഷാൽ ത്രിലോക പുരുഷൻ രഥിയായി നില്ക്കേ
പിന്നെന്തുവേണമൊരു പൂർണ്ണജയത്തിനായി
തീർക്കാം പ്രതിക്രിയയു, മുർവി വിലാപമൊന്നായ്
    തീർത്തും നിരാശയോടെ, വിപ്രതിസാരനായി,
    തൻ ചോരമുന്നിലഭിശസ്തി ചൊരിഞ്ഞു ശല്യർ
    ഉൽകൃഷ്ടചിന്ത അകതാരിലിറക്കി വച്ചോൻ
    ചോദിച്ചു വാങ്ങി വരമാ, സ്വജനം സമക്ഷേ!
ഏതാണ്ട്, കൃഷ്ണനു സമാനതയുള്ള ശല്യർ
കർണ്ണന്റെ സൂതപദവിക്കു നിയോഗ്യനായി;
നിർവീര്യഭാരതികളോതിയവന്റെയുള്ളം
പാടേ തകർക്കുവതിനാകണമാസഹായം!
    പാർത്ഥന്റെ ജീവപരിരക്ഷയുറപ്പിക്കാൻ
    വീണ്ടും ഒരട്ടയെ തുടച്ചു മിനുക്കി വച്ചോ?

ഇവ്വണ്ണമുള്ള ജയമെന്തിനു വേണ്ടിയാകാം
ഈ ഭൂമി, ഈ നിണമറിഞ്ഞു കുടിച്ചിടും പോൽ!

പേർത്തും പറഞ്ഞു വിജയന്റെ വരേണ്യസിദ്ധി
വാഴ്ത്തുന്ന കേട്ടു, സഹികെട്ടു തകർന്നകർണ്ണൻ
ചൊന്നൂ മഹാസഭയിലന്തണ സന്നിധാനം
കേൾക്കേണ്ടതില്ല ഇനി ജിഷ്ണു മഹത്ത്വമൊന്നും
കാന്താരവാസമിനിയും കഴിയാതെ നില്പൂ
വീണ്ടും വനം അഭയകേന്ദ്രമിതേ തരത്തിൽ
വ്യാഴം ചലിക്കണമൊരിക്കലൊടുക്കമമ്പോ
അജ്ഞാതവാസവുമരങ്ങു തകർത്തിടേണം!
അജ്ഞാതമോടെയുരിയാടിയ കർണ്ണ വാക്യം
അജ്ഞാനിയായ അരചന്റെ സുഖം വളർത്തി
കോരിക്കുടിച്ചു അതിലുള്ള രസം മുഴുക്കെ
കൺകോണിലൂടെ അഭിനന്ദനമേകി മന്നൻ
കർണ്ണനു വേണ്ടതതുമാത്ര; മതത്രെ വേണ്ടൂ!
ആ, പ്രീഗിമാത്രമവനീയുലകത്തിലുള്ളൂ!
ആർജ്ജിക്കലാണതവനിൽ അവസാന ലക്ഷ്യം
ഏറേ നിരസ്തനരനിൽ, ഇതിലേറെ കാൺമാ
പാത്രം കമിഴ്ത്തി, മുനിയും പ്രിയ മന്ത്രിയും കൊ-
ടുത്താ പ്രസക്ത ഗദയൊക്കെ, മകന്നു വേണ്ടി
ആഴത്തിലെക്കുഴിയിലാക്കി മണൽ വിരിച്ചൂ;
ചിത്തം വിടർന്ന ചിരിയോടെയിരുന്നു അന്ധൻ!
'കൗന്തേയരോട് മുനിജന്മമഹത്ത്വമോതി,
കാട്ടിൽക്കഴിഞ്ഞു, ജഗദീശകരം പിടിച്ചും;
ആസന്നമായ രണസാദ്ധ്യത തള്ളി മേലിൽ
ശാന്തിക്കു വേണ്ടി നിലകൊള്ളണമെന്നു' മോതി

അന്ധന്റെ തീർപ്പ് മുഖദാവിലുതിർത്ത സഞ്ജ
യന്നായ്, നിണം ചൊരിയുമാരണഭൂമികാട്ടി
കൗന്തേയരേക, രൊരുതന്തുവിനാലെ ചേർത്തോർ
ബന്ധുത്വശക്തി, അതിലേറെ മികച്ചു നില്പോർ!
ദൂതിന്നുവേണ്ടി മണിവർണ്ണനെയേർപ്പെടുത്തേ
'വേണ്ടെന്നു ചൊല്ലി' പലരാലുമെതിർത്തുവന്ന്
'ജീവന്റെ രക്ഷയൊരുവേള തകർന്നു പോകാം'
അക്ഷോഭ്യനായി തവ ജീവിതദൗത്യമോതി:

"തെറ്റായ ചിന്തയിലൊരുത്തനടിപ്പെടാനും,
തെറ്റെന്നു കണ്ടതു തിരുത്തി നടന്നിടാനും,
യത്നിച്ചിടുന്നൊരു മനുഷ്യനൊടുക്കമെത്തും
മോക്ഷത്തിലെന്നതു സുനിശ്ചിതമായ സത്യം
ഏവം നടത്തി അരചന്റെ ഉയിർതലോടാൻ
സാധിക്കുമെങ്കിലതിനാലെ ലഭിക്കുമെന്നും,
ആസന്ന ഭാവിയിലെ യുദ്ധമൊഴിച്ചുവെന്ന
ഖ്യാതിക്കു ഞാനുടമയാകുമതെത്ര കേമം?
എൻ ധർമ്മമാണത, വിവേകിയെ സത്യമാർഗ്ഗം
കാട്ടിക്കൊടുത്തു മനശുദ്ധിയുറപ്പിലാക്കൽ
മുക്തിക്കുവേണ്ടിയവനൂഴമെടുത്തു കാട്ടി
പാലിച്ചു പോരുക; ഫലം വിപരീതമാകാം!
എന്നാലുമെന്നിലതു തൃപ്തിനിറച്ചീടുന്നു
കർമ്മം നടത്തി അവധാനതയോടെ നില്ക്കാം,
ഈശേച്ഛപോലെ അവനിൽ ഭരണം നടത്താൻ
കാലത്തിനുള്ള കഴിവിൽ മിഴിനട്ടു നില്ക്കാം
ദൂതിന്റെ കർമ്മവുമതിൻ പൊരുളും നിരത്തി
ദേശങ്ങളഞ്ചുമതിയെന്നു പറഞ്ഞു കണ്ണൻ
എന്നാലണിക്കുതകുമാസ്ഥലമില്ല, ചൊന്നാൻ
ധാർഷ്ട്യത്തിലാണ്ട അവിവേകി ഭരണധനപ്പോൾ

മുമ്പേഗ്രഹിച്ചൊരറിവെന്തിനു വേണ്ടിയാകാം
ശ്രീകൃഷ്ണ ജിഹ്വയിലുണർന്നത്, ഈ ജഘന്യേ
സൂക്ഷ്മം അളന്നു പരിശോധനചെയ്യുവാനോ?
കൂട്ടിപ്പിടിച്ചു മറുചേരിയിലാക്കിടാനോ?
എന്താകിലും അതിലെ തല്ഫലമേല്ക്കുവാനായ്
സ്വന്തം ശരം അനലനിഷ്ട നിവേദ്യമാക്കാൻ
കർണ്ണന്നു തെല്ലുമഭിലാഷമിരിപ്പതില്ല,
മേല്ക്കോയ്മ നേടിയവരോട് വിരോധമില്ല
കണ്ണന്റെ കാതിലവനേറ്റുപറഞ്ഞു തന്നിൽ
ജീവന്റെ കൈപ്പു നിറയിച്ച മുഹൂർത്തമൊന്നായ്
"ആരും കുനിഞ്ഞു മൃദുവാക്ക് ഉരച്ചതില്ല,
ആകേ ലഭിച്ചതിരു നാവുകളാലേ മാത്രം
കാട്ടാളബാല വിരലും, മമജീവനേയും
താഴ്ത്തിച്ചവിട്ടി, പടിയേറ്റിയവൻ മഹത്ത്വം
എത്രയ്ക്ക് ഉന്നതമതിന്റെ പിതൃത്വമേറ്റോർ
കാംക്ഷിച്ചിടുന്നതതിലോല വികാരമല്ല!

അജ്ഞാനമല്ല അതിലേക്കു നയിച്ച ചിന്ത
അജ്ഞാതിയായവനു നേരെ തൊടുത്ത വാളാം
കണ്ഠം മുറിച്ചു ചുടുചോര പുറത്തെടുക്കാൻ
പര്യാപ്തമാണതിലെ മൂർച്ചനിറഞ്ഞ ഭാഗം
സർവ്വം ത്യജിച്ചപരനു സ്വയമേവ നല്കും
സൂര്യന്റെ സൂനുവിനിതാണ്, ഇരിക്കൂ മാസ്യ
എങ്കിൽ നരന്ന്, അവനാര്യകുലം തൊടാത്തോൻ
എങ്ങുന്നു കിട്ടുമൊരു നീതി? അനീതി മാത്രം!
സൂതച്ചെറുക്കനൊരു നേരവുമില്ല സൗഖ്യം
കാതിൽ മുഴങ്ങുമതൊരു സ്തതിതം കണക്കെ
തായയ്ക്കുമില്ലതു പിതാവിനുമില്ല ദുഃഖം
കേൾക്കുന്നവർക്ക് അതിലേറെ സുഖം കൊടുപ്പേൻ
ഈലോകവാസമിനിയില്ല, യെനിക്കു മോഹം
ജീവൻ ത്യജിക്കണമെനിക്കു വിരാടിനെപ്പോൽ
ആയോധനത്തിനിടയിൽ അതുസംഭവിച്ചാൽ
മോക്ഷം ലഭിക്കുമതിനാലെ മനം തുടിക്കും
സ്നേഹിച്ചവർക്ക് ഇതിലേറെ മികച്ചതെന്താം?
വാഴാൻ കൊതിച്ചവരിതിൽ പരിപൂർണ്ണ തൃപ്തർ
മാതാപിതാക്കളൊരുവേള, ഇതിന്റെ സാക്ഷി
യാകാം; വികാരരഹിതദ്യുതി തൂകിയേക്കാം."

കൗന്തേയമുത്ത് തെളിവാർന്നൊരു സൂര്യനായി
ശോഭിച്ചിടുന്നു ഇഹലോക മനുഷ്യഹൃത്തിൽ
പോരാ, അതിന്റെയൊളി ഈ പതിനാലു ലോകേ
വ്യാപിച്ചിടുന്നു നിറലാവൊളിയെന്ന മട്ടിൽ!
ദൂതെന്ന കർമ്മമവനുജ്ജ്വലഭാവമോടെ
തീർത്തു മടങ്ങി, മണിവർണ്ണനഭീഷ്ടമോടേ
കേൾക്കാൻ കൊതിച്ച നറുവാക്ക് ഉറച്ചു ചൊന്നാൻ:
'യുദ്ധം' അതത്രെ ഒരു പോംവഴിയുള്ളു മുന്നിൽ
പാണ്ഡുസുതർ അനാവരാർദ്ധ്യത നേടിവാഴാൻ
കുന്തിക്കു പുത്രനൊടു തൽകഥ ചൊല്ലവേണം
നട്ടുച്ച നേരമതിഗൂഢമവൾ കടന്നുവന്നു
തൻ പുത്രനോടു ചരിതം മൃദുവാക്കിലോതി
ആശിച്ചതൊന്നുമിവിടെപ്പുലരാൻ വിധിക്കാ!
ഭാണ്ഡം തുറന്നു വെളിവാക്കി രഹസ്യമെല്ലാം
മോഹം നടത്തുക അചിന്തിതമെന്നുകണ്ട
കർണ്ണൻ പ്രമീത സമനായി തരിച്ചു നിന്നു!

പെറ്റമ്മതൻ മടിയിലായ് തലചായ്ച്ചുറങ്ങേ,
ആ സ്നേഹവായ്പ് മുഴുവൻ സ്വയമാക്കുവാനായ്
നിശ്ശബ്ദതയ്ക്ക് കൊതി കാട്ടിയ സൂതനന്ന്
കൈക്കുഞ്ഞുപോലെ പതിയെ മിഴികൾ അടച്ചു
നേരം നടന്നു, വഴിയെത്രയകന്നുവെന്ന്
കാതിൽ പറഞ്ഞ മനസ്സിൻ വിളികേട്ടു കൊണ്ട്
ഞെട്ടിത്തെറിച്ചു, ഒരു പാതി മനസ്സുമായി
സ്വപ്നത്തിലെത്തുമതി സുന്ദരിയോടകന്നു..
മഞ്ഞിന്റെ പാളിമരുഭൂമിയെ പുല്കിടുംപോൽ
കോപം അലിഞ്ഞു, തെളിയിച്ചു വരണ്ട ഹൃത്തും
എന്നാലതിൽ കുടികിടപ്പു തുടർന്നിടാനായ്
സല്പ്പേരിനായി കൊതികാട്ടുമൊരുത്തമനാമോ?
"എന്തുണ്ടു കാരണമിതിൽ ദയവായുരയ്ക്കൂ,
കൗന്തേയരെന്നെ അപമാനിതനാക്കിയാനാൾ
അന്നുണ്ടെനിക്കു കവച്ചം മമ മാറിലമ്മേ
എന്നിട്ടുമെന്നേ നടതള്ളിയതെന്തു കൊണ്ടാം?
ഇന്ദ്രൻ പുറത്തെ കവചം ചുളുവിൽ എടുത്തു
നിങ്ങൾ അകത്തെ കവചത്തെ ബലാൽ എടുത്തു
നീതിക്കു ചേർന്ന കളിയാണിതു, തോന്നിടുന്നോ?
അല്ലെന്നു ചൊല്ലുവതിലപ്രിയമായിടൊല്ലേ
തായയ്ക്കു, സന്തതികളഞ്ചിനു മാറ്റമില്ല
വാക്കാൽ വരം ചൊരിയുമീഹൃദയം നിറഞ്ഞും
നിൻ കണ്ണുനീരാലേ വിധിക്കു പുനർജ്ജനിക്കാൻ
ആകില്ലയെന്നത് ഉറച്ചൊരു സത്യമല്ലേ?
ജീവിച്ചിരിക്കെ ഒരു തായ മകൻ മുഖത്ത്
കണ്ണീരൊഴുക്ക, അരുതാത്തൊരു വൃത്തിയല്ലേ?
ആശീർവദിക്ക, മിഴിനീരു പവിത്രമല്ലോ
സംതൃപ്തനാകൂ, മതിലപ്പുറമൊന്നുമില്ല."
കെട്ടിപ്പിടിച്ചിരുവരും, അറിയാതെ പാഞ്ഞു
ഭൗതീകനേത്രമറിയാത്തൊരു രക്തയോട്ടം
മാതൃത്വ ഗന്ധമറിയാനൊരു വേദി കിട്ടി
ക്ഷിപ്രം പിരിഞ്ഞിതു, വിധിക്കു ജയിച്ചിടേണ്ടേ?
"ഏവം ധരയ്ക്കു മഴവില്ലു ലഭിച്ചിടും, പോൽ
വേണം, മദീയ മിഴിനീർ മമ വില്ലിനായി
ഈ ദുഃഖമെന്നിലെ കരിന്തിരിയാളി തീർത്തും
ശ്വാസപ്പകർച്ചവരെ ഈ മണമാസ്വദിക്കും!"

ഹേ! സ്ത്രീ, ജനിച്ചവരൊരിക്കലൊഴിഞ്ഞിടേണം
ഈ ഭൂമി ആർക്കുമവകാശമിരിപ്പതില്ല
നിങ്ങൾക്കുമുണ്ടൊരവസാന ദിനം അടുത്തായ്
നല്കീടുകാത്മജനൊരിറ്റു സഹാനുഭൂതി
    തായാതികൾക്കു വിജയക്കൊടി തീർത്തിടാനായ്
    നീ നിന്റെ ആദ്യതനയന്റെ നിണം കൊടുത്തോ?
    ലോകം വെറുത്തു നടതള്ളി വിടാതിരിക്കാൻ
    സ്വന്തം നിണത്തെ ഉലകത്തിനു മുന്നിലാക്കൂ
മാറിൽ ചുരന്നയമൃതം മതിതീരെയന്ന്
ചെംചുണ്ടിലാക്കി ഘൃണയോടെ കൊടുത്തിരുന്നേൽ
ഇന്നീ വിധത്തിലപമാനിതയാക വേണ്ട
കല്പിച്ചു നിന്റെ വിധി തീർപ്പു നടത്തീടാഞ്ഞൂ
    യാചിച്ചിടേണ്ട ഗതികേടു വരുത്തിവച്ച
    ഈശപ്രസാദമിനിയാർക്കുമവൻ കൊടുക്കാ
    മോഹം തളിർക്കുവതിലപ്രിയമൊന്നുമില്ല
    എന്നാലതിന്റെ വിധികൂടി സഹിക്കവേണം!
കർണ്ണന്റെ ചോര മഹനീയഗണത്തിലെന്ന്
ചൊല്ലിക്കൊടുക്കുവതിനുള്ള വരം ലഭിച്ചോർ
എന്തിന്നുവേണ്ടിയതുമൂടിയൊളിച്ചു വച്ചു
കുന്തിക്കു വന്ന അപമാനമൊളിച്ചിടാനോ?
    അന്നേ മറച്ചവ വെളിക്കു വരുത്തിയെങ്കിൽ
    ഇന്നീയവസ്ഥ ഉലകത്തിലുടക്കിടാഞ്ഞൂ
    അമ്മയ്ക്കുവേണ്ടി മകനായ് കെണിവച്ച നിങ്ങൾ
    നീതിക്കുവേണ്ടി കരയുന്നതിലർത്ഥമുണ്ടോ?
'പ്രാക്കർമ്മമായി അഭിഘാതി ഗണത്തിലല്ല
പിന്നെന്തിനായി പരിപൂജിതനായ ഭീഷ്മർ
തീർത്തും ഒഴിച്ചു "ഒരുമിച്ചു രണാങ്കണത്തിൽ
നില്ക്കേണ്ടതില്ല." കഠിനോക്തി മൊഴിഞ്ഞതെന്താം?
    വേണ്ടായിരുന്നു അവസാനമടിച്ച ആണി
    കിട്ടില്ല മോക്ഷവു;മതെൻ അവസാന മോഹം
    ഇജ്ജന്മ മോഹമണുവെങ്കിലുമൊത്തിടാതേ
    ജീവൻ ത്യജിക്കുക!; വിധിക്കു വിധേയനാകാം..
അല്ലെങ്കിലെന്തു വരമാണ് അനാഥനുള്ളു
അംഗാരധാനികമെരിച്ച് മുഖം വികൃതത്തിലാക്കാം
അത്യാശയുള്ളിലൊരു ദീപ്തപടം തരുമ്പോൾ
വീണ്ടും കൊതിക്കുമതിലോല വികാരതന്തു

അക്ഷൗഹിണിപ്പട നിരന്നകലത്തിലായി
മദ്ധ്യേയൊഴിഞ്ഞ വഴിയും ഒരു വേശ്യയെപ്പോൽ
കാതോർത്തു, യുദ്ധ വെറിപൂണ്ടു മനുഷ്യരക്തം
ഊറ്റിക്കുടിക്കുവതിനായി വിരിഞ്ഞ നാക്കാൽ
പെട്ടെന്ന് പാണ്ഡവകുമാരനിറങ്ങി നേരേ
ശീഘ്രം നടന്നു മറുചേരിയെ ലക്ഷ്യമാക്കി
സ്തംഭിച്ചു; രക്തമുറകൂടിയ തൈരുപോലായ്
ചിന്തിച്ചിതെന്തൊരുവിനാശ തുടക്കമെന്ന്
തോറ്റെന്നു ചൊല്ലി ചരണത്തിലുരുണ്ടിടാനെ-
ന്നോർത്തിട്ടു കൗരവമനസ്സു വിളങ്ങി നില്ക്കേ
വീണ്ടും ചളിക്കുഴിയിലേക്കു നടന്നു നീങ്ങു—
ന്നോനെന്നു ചൊല്ലി അകതാരു മുറിച്ചു മറ്റോർ
ഉള്ളാൽ വെറുത്ത,തതിലേറെ വിധേയമോടെ
പാദം അതിൻക്രിയ തുടർന്നു സഹോദരർക്കായ്
ചാഞ്ചല്യമേതുമിയലാതെ പിതാമഹന്റെ
കാൽതൊട്ടുമുത്തി രണഭൂവിലെ വീരപുത്രൻ
"ഐശ്വര്യഹസ്തമലിവോടെ തലയ്ക്കുവച്ചും;
നിന്നാത്മ ശക്തി കൃപയോടെയെനിക്കു തന്നും
നിന്നെച്ചെറുത്തു പരമോന്നതശക്തരാകാൻ"
ചൊന്നാൽ കൃപയ്ക്കു, ഗുരുഭൂത ജനങ്ങളോടും
ഇക്കാഴ്ചകണ്ടു പല ഭാവമിരച്ചുകേറും
സൂതന്റെ മുന്നിലലിവോടെയണഞ്ഞു കണ്ണൻ
ചൊന്നാൻ: "ഇതാ, ഉചിതമായൊരു കാലമെത്തി
കൗന്തേയരൊത്തു തവ വൈരി നിണം ഒഴുക്കാം
വീണ്ടും ഇതേ നിലയിലായ് തവ വീറുകാട്ടാം
മൈത്രിക്കു ഭാഗമണുപോലുമിരിക്കുകില്ല"
എന്തിനു വേണ്ടി മുരളീധരനിപ്രകാരം
കെഞ്ചുന്നതെന്ന് പരിഭൂതനറിഞ്ഞിടാഞ്ഞൂ
കേൾക്കാൻ കൊതിച്ച വിവരം തിരുനാവിലൂടെ
കേട്ടുള്ള കർണ്ണവദനം വിളറിത്തണുത്തു
അസത്യമെന്തിനറിയിച്ചു ജഗൽപിതാവേ
വിശ്വാസ്യതയ്ക്കു മുറിവേറ്റു തളർത്തിടാനോ?
ഭാവം വരേണ്യ:മൊരു പുച്ഛരസം കലർത്തി
ചൊന്നാനവൻ "ഇതൊരു മോഘവിചാരമല്ലോ,
വേണ്ടാത്തതൊന്നുമിവിടെപ്പറയാതിരുന്നു
ലക്ഷ്യത്തിലേക്കു നടകൊള്ളുകയാണു കേമം"
'അമ്മാനമാട്ടി പലവേള രസിച്ച ശീർഷം

മേൽമേൽ വിളങ്ങിയത്, ഉജ്ജ്വലകാന്തി നേടാൻ
ഇന്നാഗ്രഹിക്കുമതുറക്കെയുരച്ചിടാനായ്
എന്നാത്മമിത്രനയനം ഒരു വിഘ്നമാണോ?
സാക്ഷാൽ മഹാപ്രഭുവെ കണ്ടവനെങ്കിലും ആ
ചൈതന്യരൂപ, മതുകൃഷ്ണ ശരീരമാണെ
ന്നജ്ഞാനിയായ അരചന്നു വെളിപ്പെടാഞ്ഞു
സത്യം തുറന്നു പറയാനുമെളുപ്പമല്ല!
സംഘർഷപൂരിതമകം ഇതു താങ്ങവയ്യ;
വില്ലും ശരങ്ങളുമെടുത്തു കുലച്ചിടാനും
ചോരയ്ക്കുനല്കുമതി ഗാഢത കണ്ടുനില്ക്കാൻ
ശേഷിച്ചിടാതെ വിധി നല്കൂ വിചിത്രയന്ത്യം!
ആരാൽ ജനിച്ചു; മരണക്രിയ ചെയ്വതാരെ-
ന്നുള്ളത്തിലജ്ഞത കുമിഞ്ഞു കുഴഞ്ഞ നിന്നെ
വീണ്ടും അതേമുറിവിലാഞ്ഞു നനുത്ത സൂചി-
യാലേ ചിനക്കിയ വിരൽ തൃണമാക്കിയോ നീ?
ഗീതോപദേശമഖിലം വിജയന്റെ കാതിൽ
കേൾപ്പിച്ചവന്റെ ഹൃദയം പരിശുദ്ധി പുക്കി
ശത്രുക്കളും സ്വജനവും അപവർഗ്ഗമേറാൻ
യത്നിച്ചിടാനവനു ശക്തി പകർന്നു കണ്ണൻ
യുദ്ധം മുറയ്ക്കു നടമാടി; അനാഥരാക്കി
അദ്ദേശവാസികളുമൊപ്പമകന്ന നാടും
പൈശാചികത്വമുളവാക്കിയ യുദ്ധരംഗം
ഭൂമിക്കു നല്കി സുഖവും നറുശോഭയും താൻ
കൈവേഗമോടെ ഇരു കൂട്ടരറുത്തു കണ്ഠം
പൊയ്പ്പോയ ജീവവിലയാരു കണക്കു വയ്ക്കും!
ഭൂമിക്കു വേണ്ടി ചുടുചോരയൊഴുക്കിടുമ്പോൾ
ഓർമ്മിച്ചുവോ മിഴിയിലൂറുമിരുണ്ട രക്തം?
ശേഷിച്ചവർക്ക് പുതുനാമ്പുകിളർത്തിടാനായ്
വേവിച്ചൊരുക്കി, പതമാക്കി,യൊരുക്കിമണ്ണും
സൗഖ്യം ലഭിക്കുവതിനായി വിതച്ച വിത്തിൽ
മുക്കാലുമന്നവിടെ ചീഞ്ഞു പുതഞ്ഞു പോയി
ശേഷിച്ചവർക്കിടയിലായ് പുഴു കോറിയിട്ടു
ജീവിക്കണം; അപരമെങ്കിലുമത്തലോടെ
ശാപം പിടിച്ചൊരു രണാങ്കണമാറിടത്തിൽ
തത്തുല്യരാകുമവരൊക്കെ വിശുദ്ധിനേടും
ദൈനം ദിനം ചുടുനിണം നിറയെക്കൊടുത്തു
പൈദാഹതീർപ്പിനൊരു ശാന്തി കൊടുത്തു കണ്ണൻ

വൈവിദ്ധ്യ മാർഗ്ഗമതിനായി തെരഞ്ഞെടുത്തു
ഉള്ളം തകർക്കുമതിദീനവിലാപവും കേൾ
വട്ടം കറങ്ങി ഇരതേടിടുമാഖഗം പോൽ
വട്ടം കറക്കി യമലോക സുഖം കൊടുത്താൻ
പാറ്റയ്ക്കുതുല്യമവ ഈശനെ വട്ടമിട്ടു
കാറ്റിൽ പറന്നു, ജഡമൊട്ടു നിലത്തുവീണു
ദുഷ്കർമ്മിയൊപ്പമിതരന്റെ ശരീരഭാരം
താങ്ങാൻ വിധിച്ച ധരണിക്കു സുഖം ലഭിച്ചോ?
വേണ്ടായിരുന്നു; അമിതേച്ഛ തരും വിനാശം,
ദുഃഖിച്ചു കാലമഖിലം തുരടേണ്ടതുണ്ടോ?
കൃഷ്ണന്റെ ചക്രമലിവോടെ പതിച്ചിടാനായ്
മോഹിച്ച താതനു കൊടുത്തു നിരാശ പാർത്ഥൻ
കാലിൽ പിടിച്ചു അരുതെന്നു പറഞ്ഞ നീയും
ചിന്തിച്ചുവോ അതിലെ യുക്തി നിരാസമെല്ലാം
ദുഃഖം കെടുത്തി പരലോകമെളുപ്പമാക്കാൻ
മോഹിച്ച താതനെ തടഞ്ഞ മഹത്ത്വ കർമ്മം
എത്രയ്ക്ക് ഉന്നതമതത്ര നികൃഷ്ടമല്ലോ
നിൻ സ്വാർത്ഥ തല്പരത യാന്ത്രികമായി വന്നോ?
ഹൃത്താലെ നീയവ കൊതിച്ചു രസിച്ചുവെന്ന്
നിൻ ദേഹഭാഷ വെളിവാക്കിടുമല്ലോ കർണ്ണാ
കൊല്ലാൻ കൊതിച്ചവരിനിച്ചിരകാലമമ്പോ
മണ്ണിൽ ഭരിക്കു, മതകം, അലിവോടെ കണ്ടോ?
നിസ്തന്ദ്രനായി ഭയഭക്തി നിറഞ്ഞ പാർത്ഥൻ
നിസ്സത്വ ശക്തികളെ നിശ്ചലരൂപമാക്കി
അന്തസ്ഥചിന്ത പുറമേക്കു വരുത്തിടാതേ
അത്യന്ത നാശമതി വീരതയോടെ ചെയ്തു
ജ്യേഷ്ഠന്നു തുഷ്ടി; ഇരകൾക്കപവർഗ്ഗമെന്നാൽ,
ആ ഭൂമിയും കരയുമാദിന പശ്ചിമത്തിൽ
വംശപ്പിതാവിനളവറ്റ മഹത്ത്വമേകീ
ശയ്യാതലം അരുമയോടെയൊരുക്കി പാർത്ഥൻ!
ശാപം പിടിച്ച വികൃതാഭ ചൊരിഞ്ഞ ജീവൻ
ഏല്പിച്ച സത്യവതിയില്ലയിന്നു സാക്ഷി
'ജീവിച്ചു തീർക്കണെ, മിവർക്കവസാനമെത്തേ
പോകാം, എനിക്കൊടുവിലാമടിതേടി വീണ്ടും'
ഗാംഗേയ വീഴ്ച ഇരുചേരിയെ മൂകമാക്കി
വിഭ്രാവഹൃത്തിനുടമസ്ഥതയേറ്റെടുത്തു
വൈവിദ്ധ്യചിന്ത വിശരക്രിയ ചെയ്തവർക്കായ്,

വൈധവ്യചിന്ത ഇതരർക്കു വികല്പമേകീ
ഉദ്വിഗ്നതയ്ക്കു പരിഹാരമെളുപ്പമല്ല
ഉത്സാഹമാർഗ്ഗമപകർഷത തീർത്തിടും പോൽ
മൂർച്ഛിച്ചു; ശക്തിനിറയെപ്പകരാനൊരുങ്ങി
ആ യുദ്ധഭൂമിയിലിനിത്തലചായ്ച്ചിടേണ്ടേ?
ഇക്കാഴ്ച, നീ സ്പൃഹമനസ്കതയോടെ നോക്കി,
തന്നൂഴമാണിനിയടുത്ത ദിനം മുതൽക്ക്
ചിന്തിച്ചുറച്ചു; വിജയം അപകൃഷ്ടമാകാം;
സാന്ത്വോക്തി നല്കി അരചന്റെ മനം കുളിർക്കാം
കർണ്ണന്റെ ദൈന്യ; മവനേതു വിധത്തിലാകും
താതന്റെ മുന്നിലണയേണ്ടിയിരിക്കയെന്നാം
ജീവിച്ച നാളിലൊരു പുഞ്ചിരിയെങ്കിലും ആ
വക്രത്തിലൂറിയതറിഞ്ഞ ചരിത്രമില്ല
നേരിട്ട വേദികളിലപ്രിയ വാക്യമല്ലാ-
തൊന്നും അനാഥനറിവോടെ ലഭിച്ചതില്ല!
എന്നാലുമാരുമറിയാതെ മനം തുറന്നാ
പാദത്തിലർച്ചന നടത്തണമെന്നു മോഹം
ഉള്ളിൽ നിറച്ചു പരമാവധി ധൈര്യമേറ്റി
സ്വന്തം കിടക്കയിലുറക്കി സുഹൃത്തിനേയും
ദൃക്സാക്ഷിയായ് ചെറിയ ഋക്ഷ സുഹൃത്തിനൊപ്പം
പയ്യേ നടന്നു മണലിൽ പദമൂന്നിടാതേ
'മാപ്പാക്കണം, ശദമുനയ്ക്കു പലേതരത്തിൽ
ശയ്യാതലം ഇതിനു മുമ്പ് മെനഞ്ഞവൻ ഞാൻ'
ചൊന്നംഗഭൂപ, നവസാനവരം ലഭിക്കാൻ
കാല്ക്കൽ പ്രണാമമറിയിച്ചൊരു സാധുവെപ്പോൽ
"ആജീവനാന്തമൊരുവന്റെ ചിതയ്ക്കുകത്താൻ
തീക്കൊള്ളി തേടുമൊരു വൻ ജനസഞ്ചയത്തിൽ
ഏകാംഗ നാടകനടന്റെ അവിദ്യ മൂല-
മാകാം; ഇതെന്നു കരുതീട്ട് പൊറുക്ക താതാ"
പാദത്തിലായ ചുടുനീർക്കണ ചൂടിനാലേ
ഞെട്ടിത്തരിച്ചു; ചിരകാലമറിഞ്ഞിടാത്ത
ചൂടിൻ പൊരുൾ; വിചയനം മിഴിയാൽ നടത്തി—
ക്കൗന്തേയ ദർശനമറിഞ്ഞു നദീജനപ്പോൾ
"പൊൻ സൂചിമൊത്തമൊരു കുടയിലിട്ടുകൊണ്ട്
കുത്താൻ ശ്രമിച്ചിതുവരേക്കു, മവർക്കു വേണ്ടി,
എന്നാലതിൽ പിറകിലേറെ വിശാലവായ്പും
ഉണ്ടെന്നു കാൺക മകനേ, ഇതു സത്യവാക്യം

സ്നേഹിച്ചിരുന്നു; തവജന്മരഹസ്യമെല്ലാം
വ്യാസന്റെ വാക്കിലറിയേ ഹൃദയം തളർന്നു
ഗർവ്വാലേ നിന്റെ പരിപാവന സൽപ്രഭാവം
മാറ്റാതിരിക്കുക; അതെൻ വ്രതമാക്കി ഞാനും
ശേഷിച്ച കാലമിരുളിൽ തടയാതെ തീർത്തും
ശ്രേഷ്ഠന്റെ ഭാവമണിയൂ; അഖിലം ഭരിക്കൂ"
ഏറെ വിനീത,നനവദ്യതയോടെ ചൊന്നാൻ
"കാമിപ്പതേറെ മമ വാക്കിലെ സത്യമെന്നും"
"നിൻ ലക്ഷ്യബിന്ദു മറുചേരിയിലെന്നു വന്നാൽ
ഈ യുദ്ധമിന്നു കഴിയും; വിധി നീങ്ങി നില്ക്കും
പാരിൽ നിറഞ്ഞു കവിയുന്ന സമൃദ്ധി കാണാൻ
സാധിക്കയെന്നതുമൊരുന്നത ഭാഗ്യമല്ലോ."
പ്രത്യുത്തരത്തിലവനോതി: "മഹാപ്രഭോനിൻ
മോഹം നിരാശയിലൊടുങ്ങും; മുറച്ച വാക്കാം
മാപ്പാക്കി, വേണമിനി നിൻ വരമെന്നുമെന്നും
വീരന്റെ മൃത്യു ഒഴിവാക്കുക ബുദ്ധിശൂന്യം"
ആശീർവ്വദിച്ച കുരുവര്യന് നന്ദിയേകി
സൂര്യന്റെ സൂനുവൊരു ചോരനു തുല്യനായി
ഉള്ളിൽ തറച്ച മുന തോണ്ടിയെടുത്ത പോലെ
സംതൃപ്തനായി യുവരാജനു ചാരെയെത്തി.

7

അന്ത്യയാത്ര

യുദ്ധത്തിനാരവമുയർന്ന ദിനത്തലേന്ന്
ഭീഷ്മർ പറഞ്ഞ കഠിനോക്തി മനം തളർത്തി
രാജന്നുവേണ്ടി തവജീവനൊടുക്കുവാനായ്
കാത്തങ്ങിരുന്ന നിമിഷത്തിലതും പറന്നോ?
 ശ്രീകൃഷ്ണ ജിഹ്വയിലുണർന്ന വിശുദ്ധവാക്കാൽ
 സാക്ഷാൽ പിതാവിനെ തിരിച്ചറിയാൻ കഴിഞ്ഞു
 എന്നും നമിക്കുമൊരു ദൈവപിതാവു കാണേ
 നിത്യം വെറുപ്പിനിരയായവരോടു ചേരാ
പുത്രന്റെ രക്ഷ കരുതീട്ട് പിതാവു വന്നു
മക്കൾക്കുവേണ്ടി നിറകണ്ണുകളോടെ തായും
നട്ടുച്ച നേരമിതിനായി വരേണ്ടി വന്ന
ഉൽകൃഷ്ടതയ്ക്കു? പരിപാവന ഭാവമുണ്ടോ?
 ഉള്ളിൽ നിറഞ്ഞു പതയുന്ന വികാരമത്രേ
 തൻ സ്വന്തമെന്നു; മതിനപ്പുറമുള്ളതെല്ലാം
 മിത്രത്തിനായി കരുതീട്ടതിനാലെ കിട്ടീ,
 ശത്രുക്കളൊപ്പ, മപമാനവുമൊന്നുപോലെ
ചിത്രം വിചിത്രമിതുകണ്ടുരസിച്ചിരിക്കാൻ
ലാളിച്ചിടാം, എലിയെ വൈരിതൊടുന്നപോലെ
നീതിക്കൊരല്പവിലപോലുമെടുത്തിടാത്ത
ക്രൂരപ്രകാരമിവിടെപ്പുലരുന്നുവല്ലോ?
 കൊല്ലേണ്ട സൂത്രമറിയാൻ മറുപാളയത്തിൽ
 എന്തിന്നു ചെന്നു? ബഹുമാനിതരായ വർഗ്ഗം

സത്യം ജയിക്കുക; മഹത്തരമെങ്കിലും ഈ
സൂത്രത്തിലുള്ള വിജയം അഭികാമ്യമാണോ?

ദ്രോണന്റെ കീഴിലവനാദ്യമരങ്ങിലെത്തി
സൂര്യത്തെളിച്ചമവനിൽ പുളകം നിറച്ചു
ശത്രുക്കളൊക്കെയവനാൽ അപവർഗ്ഗമേറി
തൻ കർമ്മകാണ്ഡമറിയിച്ചു വിരാട്ടിനെപ്പോൽ
ജീവിച്ചു തീർത്തു; മനതൃപ്തിവരാതെ; യങ്ക-
ക്കോഴിക്കു തുല്യമിനി ജീവനൊടുക്കിടാല്ലോ
കർമ്മം നടത്തുക; ഫലത്തെ നൃപനു നല്കി,
തീർക്കാം കടം, കരുതലോടെയുറച്ചു കർണ്ണൻ
നിസ്സാന്ത്വനന്റെ യകതാരിലൊരല്പമെണ്ണ
ചാലിച്ചതിൽ കഠിനതയ്ക്കയവൂട്ടി നീയും
നിഷ്കിഞ്ചനത്വമിവിടെ പ്രതിയോഗിയല്ല,
നിസ്തുല്യഭാവമിവിടം ഭരണം നടത്തും

തേൻ തുള്ളിതേടി രുധിരപ്രഭയാർന്ന പൂവിൽ
ക്ഷീരം മണക്കുമൊരു ബാലകനേയയച്ചു
ക്ഷിപ്രം കടന്നവനതുജ്ജ്വലഭാവമോടെ
മൊത്തിക്കുടിച്ചതിലെ ധന്യതയാർന്ന തേനും!
മത്താൽ ഭ്രമിച്ച മധുപന്റെയഹന്ത തീർക്കാൻ
കെല്പോടെ വന്നു കഠിനോക്തി ചൊരിഞ്ഞുകൊണ്ട്
ക്രൗര്യം നിറഞ്ഞ ചതിയോടെയറുത്തെടുത്തു
പാൽ പല്ലുകാട്ടി ചിരിതൂകിയബംഭരത്തെ
പൂർണ്ണേന്ദുപോലെയൊളിതൂകിടുമാ സുഭദ്രാ—
പുത്രന്റെ വക്ത്രമൊരളിഞ്ഞ നിലയ്ക്കു ചീർത്തു
ആറാളിനാലെ ഒരു പൈതലെ, കൊന്നൊടുക്കി;
പാണ്ഡുമഹാമണി ഉയർന്നൊരു ഋക്ഷമായി
കർണ്ണാ, നിനക്കിതൊഴിവാക്കി നടന്നിടാഞ്ഞു
നിൻ പുത്രനാകുമിവനന്യകുലത്തിലല്ല!
മൈത്രിക്കു വേണ്ടി തവ രക്തമൊഴുക്കുകെന്ന,
നീചെയ്ത വൃത്തി തവ ശോഭകെടുത്തിയല്ലോ
യുദ്ധക്കൊതിക്കിടയിലില്ലയനീതി, നീതി
ഏവം നടത്തുവനൊരൊറ്റ വികാരമത്രെ
തോല്പിക്കണം, അരിയെ ഏതു വിധത്തി, ലെന്നാൽ,
കാലം പഴിക്കുമവരെപ്പുറകോട്ടടിക്കും
ഗാണ്ഡീവിതന്നുയിരിനായ് ഭഗദത്തനേയും

തട്ടിപ്പിലൂടെ മരണത്തിനടിപ്പെടുത്തി
മുൻ ചൊന്ന വാക്ക് പതിയെ പുറകോട്ടെടുത്തു
നീയെന്തിനായി വിരിമാറു കൊടുത്തു കർണ്ണാ?
ദൈവങ്ങളേതധമവൃത്തി നടത്തിയാലും
സാധൂകരിക്കുക, മനുഷ്യകുലത്തിനിഷ്ടം
വിശ്വാസമാണ് വലുതെന്ന് നമുക്കു ചൊല്ലാം
ചോദ്യോത്തരത്തിനണുവെങ്കിലുമില്ല യുക്തി!

തായയ്ക്കു നല്കിയൊരു സൂക്തമകം നിറയ്ക്കേ
ഭീമന്റെ ജീവനെ തൊടാതെ ചിരിച്ചുചൊല്ലി:
"പോകൂ വിരാടഭവനത്തിലെ വെപ്പിനായി
അല്ലെങ്കിലാ വിപിനമൂലഫലങ്ങളായു."
താതന്നു ചേർന്ന വിധ, മപ്രിയമൊന്നുമില്ലാ
തോടിത്തളർന്ന മകനോടു പറഞ്ഞു കർണ്ണൻ
"നീ കുട്ടിയാണ, റിവിലല്പമുയർന്നു നില്ക്കൂ."
അമ്പിൻ മുനയ്ക്കു തടവിച്ചിരിയോടെ നില്ക്കേ
അത്യത്ഭുതത്തിലമരേ സഹദേവനോർത്തു
എന്തേ പൃഷൽക്ക മുനയാലെ തൊടാൻ തുനിഞ്ഞൂ
കൊല്ലാതെ ചൊല്ലി വസുഷേണനിതേപ്രകാരം
"നീ ചെന്നു നിൻ സഹജനോടൊരുമിച്ചു നില്ക്കൂ"
ദ്രോണന്റെ ഹത്യ ഒരു വാക്യബലത്തിലായി
ആ വാക്യമോതിയ യുധിഷ്ഠിരതേരുതാണു
ഭീമന്റെ വാക്കിലെ ഋതം പരിപൂർണ്ണമായും
ഉൾക്കൊണ്ടു ശാന്തത വരിച്ചു; ഇരുന്നു ദ്രോണർ
കൗന്തേയ ഭാഗ്യമതുമുമ്പ് ഗണിച്ചതാകാം
നന്മയ്ക്കു കൂലി ജഗദീശമനം കൊടുക്കും
മറ്റൊന്നുമല്ല, വിധിതന്നെ മികച്ചു നില്പൂ
സർവ്വം നടത്തുവതവന്റെ കരങ്ങളല്ലോ!

കുന്തീയിതാ സകലതും അറിവോടെ നില്ക്കും
നിന്നാദ്യപുത്രനെ പുണർന്നിടറാതെ ചൊല്ലൂ
"കാണൂ ഇതാ ദിനമണിത്തനയൻ, പ്രവീരൻ"
ഘോഷിച്ചിടട്ടെയുലകം, അതുറച്ചു വീണ്ടും
യുദ്ധം ഇതോടെ കഴിയും, തവ ഗോത്രമെല്ലാം,
ഒപ്പം ഉയർക്കുമൊരു ജീവിതമിജ്ജഗത്തിൽ,
തെറ്റിന്നു മാപ്പ്, നെറിവോടെയുരയ്ക്കുമെങ്കിൽ
കിട്ടും, അതിൻ ഫലമനേക മടങ്ങിനോടേ

കാലം കരിന്തിരിമണക്കു;മകന്നു സൂര്യൻ
പോക്കൊല്ലെ നേരമിനിയെങ്കിലുമെന്റെ തായേ
ആർക്കാർക്കു വേണ്ടിയിവയൊക്കെയൊളിച്ചു വച്ചോ
ആ മക്കളൊക്കെ നടതള്ളുമൊടുക്കമെമ്മേ

യുദ്ധം തുടങ്ങി പതിനാറുദിനം കഴിഞ്ഞു
കൂട്ടിക്കിഴിച്ചു ജയതോല്വികളെന്നുമെന്നും
ശേഷിച്ച ഭാരമഖിലം വസുഷേണനായി
രാധേയ, ശല്യരൊരുമിച്ചൊരു കൂട്ടുകെട്ടിൽ
രാധേയനുണ്ട, തിനി ജിഷ്ണു നീഹിംസനം ആ
ക്രിയയ്ക്കു കേവലമിരിപ്പൂ അനേകം ശാപം
ഭൂദേവ, പൂജ്യഗുരുവാദികളാലെയുള്ള
ആക്രോശനം വലിയൊരു പ്രതിബന്ധമാകും
കണ്ണൊന്നടയ്ക്കവതിനില്ലയവന്നു നേരം
ചിന്തിച്ചിരുന്നു, ഗരളോക്തികളെക്കുറിച്ചും
പെറ്റമ്മ കാട്ടിയ അവജ്ഞയു, മന്യനാരി–
തൻ സ്നേഹവും, കനവിലെപ്പൊരുളും തെളിഞ്ഞൂ
വിദ്യക്കു വേണ്ടിയുരിയാടിയ കള്ളവാക്കും
തന്മൂലമന്ന് ഗുരു നല്കിയ ശാപവാക്കും
അജ്ഞാനമോടെ, കൊലചെയ്തൊരു ഗോവിനായി,
കല്പിച്ചു കിട്ടിയ ഒരന്തണ ശാപവാക്കും
വിദ്യാനിരാകൃതിയൊ, സൂതകുലത്തിനാലും
ദ്രോണർ കനിഞ്ഞു വിളിചൊല്ലിയ 'നല്ല' പേരും
ദുര്യോധനന്റെ കനിവോടെ ലഭിച്ച പട്ടം,
സ്നേഹം, കുടുംബ, മളവറ്റ സഹായമെല്ലാം
ആജീവനാന്ത ദുരിതക്കയ മേറിടാനായ്
ആവോളമാശനിറയിച്ചു ജഘന്യരാവിൽ
ഓർമ്മപ്പുതപ്പിലുണരാതെയുറക്കി വച്ച
കാര്യങ്ങളൊക്കെയണപൊട്ടിയടിർന്നു വീണു
നാളത്തെ കാല്യമൊഴികെ, പ്രഭയേല്ക്കുവാനായ്
കാണില്ലയെന്നയറിവുള്ളിലുടക്കി നില്ക്കേ
രാത്രിക്കു നീളമൊരുപാട് കുറഞ്ഞുവെന്ന്
തോന്നീട്ടവന്റെ രദനത്തെ തലോടി കർണ്ണൻ
ഒപ്പം തലോടി, വിറയാർന്ന പനിച്ച മിത്ര
ദേഹം പുണർന്നു മറവിക്കു വിടാതെ കർണ്ണൻ
"ചൊന്നിന്നു ഞാൻ അരുകൊലയ്ക്കു കരുക്കളെയും
അല്ലെങ്കിലെൻ ഗളമവന്റെ കരത്തിനാലും"

പെട്ടെന്നവൻ മൃദുലപാദമെടുത്തു വച്ചു,
കൂടാരവാതിലിനടുത്തു തറഞ്ഞു നിന്നു
വീണ്ടും തിരിഞ്ഞു; അനവദ്യവിലോചനത്താൽ
സ്നിഗ്ദ്ധന്റെ അക്ഷിയിലെയശ്രു തുളച്ചെടുത്താൻ
ഏല്പിച്ച ദൗത്യമതി സൂക്ഷ്മതയോടെ ചെയ്തു
പക്ഷേ, അകത്തളമലിഞ്ഞിതു കർണ്ണനോടും
വേണ്ടും വിധേന പിതൃതുല്യത നല്കി നിന്നു
കർണ്ണന്റെ വീര്യവുമുയർത്തി പരാർദ്ധ്യ സൂതൻ
ഇഷ്വാസമാല്യമണിയിച്ചു ജഘന്യകണ്ഠം
ചൊന്നാനവൻ: "സഹജനോടൊരുമിച്ചു നില്ക്കൂ"
പുച്ഛം നിറഞ്ഞ ചിരിയോടെ പറഞ്ഞ വാക്യം
തീക്കൊള്ളി പോലെ എരിയിച്ചനുജന്റെ ഹൃത്തും
കൗന്തേയ രാജനെ നിരായുധനാക്കി കർണ്ണൻ
വില്ലിൻ മുനയ്ക്കു തടവിച്ചിരിയോടെ ചൊന്നു
ക്ഷാത്രസ്യരക്തമൊഴുകേണ്ട സിരയ്ക്കകത്ത്
"ബ്രാഹ്മണ്യരക്തമൊഴുകുന്നതു കഷ്ടമല്ലോ!
പോകൂ ധനഞ്ജയ സമീപ,മതല്ലയെങ്കിൽ
സ്വസ്ഥം; ഗൃഹം, അഭയകേന്ദ്രമതാക്കിമാറ്റൂ"
നാല്വർക്കുമേകീ പുതുജീവിത ഭാഗ്യമെന്നാൽ,
ഭാവം നിരാർദ്രത, മുഖാവരണം അണിഞ്ഞും
കുന്തിക്കു നല്കിയ വരത്തെ മനസ്സിലോർത്തു
കൊല്ലാതെ കൊന്നു നിഹതൻ പ്രതികാരശൂന്യേ
തേജസ്വിയായി, കരുണാമയനായ കർണ്ണൻ
ഈ ദ്വന്ദ്വഭാവമണിയേണ്ടിയിരുന്നുവെന്നോ?

ഭീമന്റെ പുത്രനതികേമമോടേ നടത്തി
കൗടില്യസൂത്രമതു സൈന്യബലം കുറച്ചു
പാർത്ഥനു വേണ്ടി അതിസൂക്ഷ്മതയോടെ വച്ച
ഇന്ദ്രന്റെ 'ശക്തി'യെ തൊടുത്തവനായി കർണ്ണൻ
പാർത്ഥന്റെ തേരാളി യഥാവിധി ചെയ്ത കർമ്മം
'ശക്തി'ക്കു മേലെ വിജയത്തിനു ശക്തി നല്കി
എല്ലാം കഴിഞ്ഞിനി കരത്തിലിരിപ്പു സ്വന്തം
കൈയിൽ കരുത്തുമതിനോടെ മനക്കരുത്തും
യുദ്ധത്തിലീവകയെ നീതികളായി കാൺമൂ
സാക്ഷാൽ പരംപൊരുളിതിന്നൊരു സാക്ഷിയാകേ
മുൻചൊന്നപോലെ, വിധി, വേട്ട നടത്തിനില്പൂ
വേടന്റെ രൂപമൊരു മായകണക്കെ തോന്നാം!

പോയില്ലെ പൊന്നുമകനെ അവസാനരക്ഷ
പാർത്ഥന്റെ കൈ, ഇനി പതിച്ചിടുമല്ലോ കണ്ഠേ
നീ സത്യമായുമിതുതന്നെ കൊതിച്ചുവെന്ന്
നിന്നന്തരംഗ മുടലം ഒരുപോലെ കാട്ടൂ!
സ്വന്തം നിലയ്ക്കു തകരാതെ ഉയർത്തി നിർത്തി,
ഊതിപ്പറത്തിയൊരു ഗോള സദൃശനായി
വൈരാഗ്യമോടെ തവ വൈരികളെത്തുരത്താൻ
മോഹിച്ചവൻ, ഒരു പരാങ്മുഖനായി മാറി
ഉൽക്കൻ ഒരിക്കലുമൊരഹതലക്ഷണന്റെ
രൂപത്തിലാകുക, വൃഥാശ്രമമാകുമല്ലോ
എന്നാലുമെന്നുമരിതന്നൊരു രാജനായി
ചിന്തും നിണം, പൊടിയിലാക്കി ഉയിർകൊടുപ്പേൻ
സ്നിഗ്ദ്ധന്റെ ആസനമതി പ്രതിബദ്ധരൂപം
ദൗർഭാഗ്യമല്ല, "വിധിയാണിവിടത്തെ വില്ലൻ
കൗന്തേയ പക്ഷ വിജയത്തിലുമീവിധിക്ക്
മുൻതൂക്കമാണ"തു പറഞ്ഞറിയിച്ചു കർണ്ണൻ
'ദാനം കൊടുത്തു കവചം, പകരം ലഭിച്ച
ശക്തിക്കു മുന്നിലൊരു ഭേദവുമില്ലെനിക്ക്
അഗ്രാഹ്യമാണത്; മനം തളരാതെ നില്ക്കാം
ആപ്തനു വേണ്ടി അവസാനയവ നാമാകാം'

മന്ത്രം മറന്നു, ഗുരുശാപഫലം തുടങ്ങി
തേർചക്രമാണ്ടു; പശുഹത്യ മനസ്സിലെത്തി
അമ്പേറ്റു പ്രജ്ഞ മരവിച്ചു, തളർന്ന കർണ്ണൻ
യാചിച്ചുവോ കരുണയല്പമിരുണ്ട വാക്കാൽ
സത്യങ്ങളേതുമറിയുന്നൊരു പുണ്യരൂപാ
നീയെന്തിനായി നിശിതോക്തിയവന്നു നല്കി
നിസ്തന്ദ്രശക്തിയെ, ചിരക്രിയനാക്കിടാനോ?
കാനീനസന്തതിയെ അവ്യയനാക്കിടാനോ?
കൊല്ലാതെ വിട്ടവരെയെണ്ണിയതിൽ പ്രകാരം
നാലഞ്ചു മാത്രയിളവന്നു കൊടുത്തിരുന്നേൽ
മറ്റേതിനോ വിധി തിരുത്തിയിടാഞ്ഞുവെന്ന്
തോന്നും വിധം നടപടിക്ക് തുനിഞ്ഞിതോ നീ?
തന്നില്ല പോട്ടെ, പകരം അനുയോഗമെയ്തു
ചോദ്യത്തിനില്ല, ഉചിതോത്തരമെയ്യുവാനായ്
കുമ്പിട്ടവന്റെ തല, താൻ ഉലകത്തിലാകെ
ചെയ്തോരു തെറ്റ്, അരചന്നു കൊടുത്ത സ്നേഹം!

മിത്രത്തിനായി അവഹേളനമെത്ര വേണേൽ
ഏല്ക്കാനവന്ന് മടിയില്ല,യറിഞ്ഞുകൂടേ
സംപൂർണ്ണതൃപ്തിയോടെ ജീവനവന്നു വേണ്ടി
നല്കാനുമില്ല മടിയെന്നുമവർ ധരിക്കാ
എല്ലാം ക്ഷയിച്ചു; അഭിഷംഗ ഫലം കുടിക്കേ
കൈത്താങ്ങിനായി അറിയാത്ത പരസ്വഹസ്തം
പാർത്ഥന്റെ നേരെ വിഷമെയ്തു കൊലപ്പെടുത്താൻ
വന്നെങ്കിലും അതിനെ പുല്ലുവിലയ്ക്കു നീക്കി!

ദന്തങ്ങളാലെയധരം മുറുകെക്കടിച്ചും
കൺപീലിയാലെ നയനത്തെ മറച്ചുകൊണ്ടും
നെറ്റിത്തടം വരകളാർന്നു, വിയർത്തുകൊണ്ടും
അദ്ധ്വാനഭാവമവിടെത്തെളിവാർന്നു നിന്നു
ഈ ഭാവശൈലിയിലൊരു സൂതനു ചേർന്നതാവാം
അല്ലല്ലൊരിക്കലുമടർക്കള നായകന്റേ
താഴേനിലത്ത്; രഥചക്രമുയർത്തിടുമ്പോൾ
അമ്പിൽ മുനയ്ക്ക് ചുടുചുംബനമേകി പാർത്ഥൻ!!
മാനത്തെ സൂര്യനൊരുവട്ടമടച്ചു കണ്ണ്,
പൂർണ്ണേന്ദുവായി, അവനാകരിനീല വാനിൽ
താഴേയിതാ ജ്വലനശേഷി നിറച്ചുവെച്ചൊ-
രാദിത്യ രൂപമൊരു തൊട്ടിലിലിട്ടു ഭൂമി!
ആജീവനാന്തമവനേറ്റിയ ഭാരമെല്ലാം
ആ മണ്ണിനേകിയൊരു ധീരവിരാട്ടിനെപ്പോൽ
തീർത്തും അനാഥ ശിശുവായി ജലത്തിലൂടെ
ജന്മം തുടങ്ങിയവനിന്നൊഴുകുന്നു രക്തേ!
ശാപങ്ങളൊക്കെയവനാരണഭൂവിലാഴ്ത്തി
മോഹങ്ങളൊക്കെ, യുവരാജനു നല്കിയെന്നും
ബന്ധങ്ങളൊക്കെയണുപോലുമഴിച്ചിടാതെ
തൻ പുണ്യകർമ്മഫലവും അപരർക്കു നല്കി
ദിവ്യത്വമോടെ,യഴകാർന്നു വിടർന്നു നിന്ന
കർണ്ണന്റെയാത്മ,മുയരത്തിലുയർന്നു പൊങ്ങി
ആ കാഴ്ച കണ്ടു, ചിലരെങ്കിലുമത്ഭുതത്താൽ,
അത്യുന്നതത്തിലെ അനേകരുമൊന്നുപോലെ
മോനേ, നിനക്കിവിടെയെന്തുലഭിച്ചിടാഞ്ഞോ
ആ നല്ല പേരിനി നിനക്കുലഭിക്കുമല്ലോ
ആരും കൊതിക്കുമിതു 'സത്യവചസ്സി'യെന്ന്
ആചന്ദ്രതാരമറിയും ഒരു'ചൊല്ലി'നാലും

വിഷ്ണു നിണത്തിനതിമൂല്യത കൈവരിക്കേ
സ്രഷ്ടാവൊഴുക്കിയ നിദാഘമമൂല്യമാണോ?
രക്തപ്പിറപ്പിനനുയോജ്യവരം ലഭിക്കേ
സ്വേദപ്പിറപ്പിനിതു മാത്രമേ ലഭ്യമാകൂ
വിഷ്ണുനിണത്തിനു ലഭിക്കുമമൂല്യരാക്കി-
ല്ലാ,സ്വേദ ജന്മമണിയേണ്ടി വരുന്നവനും
സ്വേദം പുറത്തൊഴുകി നാശമടമഞ്ഞുതീരും
രക്തം അകത്തൊഴുകി ജീവനുയർത്തി നില്ക്കും
മാത്സര്യമോടെയടരാടി ജയിച്ചു രക്തം
സ്വേദപ്പിറപ്പിനു പരാജയമൊത്തുകിട്ടി
പണ്ടേ തുടങ്ങിയൊരു മത്സരമിന്നു തീർന്നു
സ്വേദപ്പിറപ്പിനിനി ശാന്തത കൈവരിക്കാം!
മാനത്തു നിന്നു മലരാൽ മഴയേകി ദേവർ
കേൾക്കാൻ കഴിഞ്ഞു ഗുണകീർത്തനമെങ്ങുമെങ്ങും
കാതോടു കാതിലലതല്ലിയതിൻ മുഴക്കം
സ്തംഭിച്ചു പോയി ജനമാകെയിതിന്റെ പേരിൽ
ആരൊക്കെയോ കരുണയോടെയറിഞ്ഞുതന്ന
പുണ്യത്തിനാൽ മുഴുവനാക്കിയ നിൻജയത്തെ
ആഘോഷമാക്കി യകതാരിലഹങ്കരിച്ച
നീ സത്യമേതുമറിയാഞ്ഞതു കഷ്ടമായി
അജ്ഞാനമോടറുകൊലയ്ക്കു തുനിഞ്ഞ നേരം
ചെയ്യേണ്ടയെന്നു പറയാനൊരു കുഞ്ഞുപോലും
ഇല്ലാതെ പോയതു; വരേണ്യരറിഞ്ഞുകൊണ്ടും
മിണ്ടീല്ല നിൻ ജനനിയും; അതുതന്നെ ചെയ്തു!
അന്ത്യം വരേക്കുമിതു വിങ്ങി മനം കലക്കാൻ
നില്ക്കേണ്ടതില്ല, മറുചേരി ദരിദ്രമായി
ലോകം പിടിച്ച ധമരെക്കൊല ചെയ്തു തീർത്തു
ഹുങ്കാരമോടെ നടവാതിലിലൂടെ കേറാം

കർണ്ണക്കൊലയ്ക്കു പകരം പ്രതികാരമേകാൻ
വീറുറ്റ ശല്യരഭിവാഞ്ഛിതനായി നിന്നു
ദുര്യോധനന്നറിവു കിട്ടിയ ശേഷമയ്യോ
ഉന്മത്തനായി വിധിയെപ്പഴിചാരി നിന്നൂ
കർണ്ണാ, നിനക്കിവിടെയമ്മ, സഹോദരങ്ങൾ
ജീവിച്ചിരിക്കു, മതിനാലെയനാഥനല്ല
കർമ്മം നടത്തിയവസാനയൊരുക്കമായി
വേണ്ടുന്ന രീതിയിലനാഹതവും ലഭിക്കും

ചെംപട്ടിനാലെ പുതുച്ചേലയുടുത്തു ഭൂമി
കാംക്ഷിച്ചതൊക്കെയുമടക്കിയ ഗർവ്വിലാണ്ടു
ജീവൻ കൊടുത്തു തവയിംഗിതമാടിയോർക്കായ്
ഏകാന്ത ഭീതിദ വികാരമൊടുക്കുമോ നീ?
സ്തന്യം നുണഞ്ഞു, വിരലഗ്രരസം കുടിക്കും
ചൈതന്യമറ്റ ശിശുവിന്റെ കരം പിടിക്കൂ
തീണ്ടാർന്ന പുത്രിയെ പിടിച്ചുകൊടുത്തിടാനായ്
വീറുറ്റ പൗരുഷമെറിഞ്ഞു കൊടുക്കുമോ നീ?
വൈധവ്യനാളിലബലയ്ക്കു സുഖം ലഭിക്കാൻ
നീയെന്തു മാർഗ്ഗമലിവോടെ കൊടുക്കുമമ്മേ
അംഗങ്ങളറ്റു, ഇതരന്റെ സഹായ ഹസ്തം
കാത്തങ്ങു കേഴുമിരകൾക്കു തുണയ്ക്കുപോമോ?
ജീർണ്ണിച്ചഴിഞ്ഞ ജഡസംസ്കാരത്തിനായി
ശേഷിച്ചിടാതൊരുവനും ഉലകത്തിലമ്മേ
പത്തിന്റെ താഴെ നരരുണ്ടിരു ചേരിതന്നിൽ
പൂക്കാലമെന്നതതിനാലെയൊഴിഞ്ഞു പോമേ!
ഇച്ചൊന്ന കഷ്ടതയെ നീ ഹരമാക്കുമെങ്കിൽ
മറ്റെന്തു ചൊല്ലുമടിയൻ വിടവാങ്ങിടുന്നേൻ
നാളത്തെയന്ന മൊഴിവാക്കുക സാദ്ധ്യമല്ല
ഇന്നിന്റെ വൃത്തി അതിനാക്കുകയല്ലോ ബുദ്ധി

യുദ്ധാന്ത്യവും ചതിയിലൂടെയടിപ്പെടുത്തി
ദുര്യോധനന്റെ തുട തല്ലിയുടച്ചു ഭീമൻ
നീതിവ്യവസ്ഥകളിലപ്രിയമുള്ളവർക്ക്
സ്വന്തം മനസ്സിനെ അപാവൃതമാക്കി മാറ്റാം
അന്ത്യപ്രണാമമറിയിച്ചു രണാങ്കണത്തിൽ
എത്തീ യുധിഷ്ഠിരനുമമ്മയുമന്ന് രാവിൽ
കണ്ടു മരിച്ചയരിയെക്കൊതി തീരെ മന്നൻ
കണ്ണിൽ നിറച്ചു തലയറ്റൊരു ഗാത്രമമ്മ!
ചെം പട്ടിനാലെ ചെറുപൈതലെയന്ന് നീയും
ചെം ചോരയാലെ പൃഥിയും മകനെപ്പൊതിഞ്ഞു
കാംക്ഷിച്ചുവോ പതിയെ തൊട്ടുതലോടുവാനും
മുത്തം കൊടുത്തവനെ വീണ്ടുമുണർത്തിടാനും?
നൈസർഗ്ഗിക പ്രകൃതിയോടെ നടന്നു നീങ്ങി
നാടിന്റെയമ്മ ചിരിതൂകുകയല്ലെ വേണ്ടൂ!
അല്ലെങ്കിലെന്തിനിനിയും കരയുന്നു, പണ്ടേ,
അന്തർഹിതത്തിലമരുന്നൊരു പുത്രനല്ലോ...

കർമ്മങ്ങളോടെ മൃതപൂജ നടത്തി നില്ക്കേ
ചൊല്ലേണ്ടിവന്നു ചിരകാലരഹസ്യമെല്ലാം
സ്തംഭിച്ചു പോയി; തവതായയുരച്ച സത്യം
കേട്ടുള്ളമക്കളിതരേതര, മത്തലോടും
പുച്ഛിച്ചുതള്ളി; "ഇതിനപ്പുറമെന്തു ദുഃഖം
ഈ ലോക ജനമറിയാനിനി ബാക്കി നില്പൂ
ഈ നാശമത്രയുമൊഴിച്ചു നിറുത്തിടാഞ്ഞൂ
കാണേണ്ട നിന്നെയിനി," ദുഃഖിത രാജനോതി
കർണ്ണാ, നിനക്കു പുതു ജീവിതമിന്നുകിട്ടി
ക്ഷത്രിയ രക്തമൊഴുകുന്ന സിരയ്ക്കു നാഥൻ
രാധേയനെന്നു മരണം വരെ കേൾവി കേട്ടോൻ
കൗന്തേയനായ് 'വിപിന ചന്ദ്രികയെന്ന' പോലെ
നൂറ്റൊന്നിലൊന്ന്, മറുചേരി കടന്നുവന്ന
മാന്യൻ യുയുത്സുവുമറിഞ്ഞഭിവാദ്യമേകി
ഓർമ്മിച്ചു വെക്കുവതിനായി അനേക കാര്യം
ഉണ്ടെന്നിരിക്കു, മതിനാലെയവർക്കു ദുഃഖം
രാധേയനെന്നുമമിതാശ പുലർത്തിടാത്തോൻ
ദാനത്തിലെന്നുമവനാണ്, കിരീടലബ്ധി
സ്നേഹത്തിനായി അവനൊത്തിരി കേണു മന്നിൽ
മോക്ഷത്തിലോ, അവനനുത്തമനായി വാഴ്വൂ.